மால்கம் X
அறிமுகமும் அரசியலும்

மால்கம் X அறிமுகமும் அரசியலும்

அமெரிக்க கறுப்பர்களின் ஆதர்சம்

ஒடுக்கப்பட்ட மக்களின் நம்பிக்கை நட்சத்திரம்

மால்கம் X-ன் ஆளுமைப் பண்புகளைப் பற்றிய அவதானம்

S.காஜா குதுப்தீன்

எதிர் வெளியீடு

மால்கம் X
அறிமுகமும் அரசியலும்
S.காஜா குதுப்தீன்
© S.காஜா குதுப்தீன்

முதல் பதிப்பு: செப்டம்பர் 2023
எதிர் வெளியீடு,
96, நியூ ஸ்கீம் ரோடு, பொள்ளாச்சி - 642002.
தொலைபேசி: 04259 - 226012, 99425 11302.

வடிவமைப்பு: ஜீவமணி

விலை: ரூ. 160

Malcolm X
Arimugamum Arasiyalum
S.Kaja Qutubdeen
© S.Kaja Qutubdeen

First Edition: September 2023
Published by
Ethir Veliyeedu, 96, New Scheme Road. Pollachi - 2.
email: ethirveliyedu@gmail.com
www.ethirveliyeedu.com

Layout: Jeevamani

Price: ₹ 160
ISBN: 978-81-19576-64-7

Printed by: Jothy Enterprises, Chennai.

All rights reserved. No part of this book may be reprinted or reproduced or utilised in any form or by any electronic, mechanical or other means, now known or hereafter invented, including Photocopying and recording, or in any information storage or retrieval system, without permission in writing from the Publisher.

சகி சபுர் நிஷா
மகள் முஸ்ஃபிரா, மகன் மால்கம்
ஆகியோருக்கு...

உள்ளடக்கம்

- அணிந்துரை: சுப. உதயகுமாரன்
  மால்கம் என்றொரு மாபெரும் தலைவன் 9

- முன்னுரை:
  விழித்தவிழியில் மேதினிக் கொளிசெய்! 17

1. உரிமைப் போரின் படைக்கலன் 21

2. ஒடுக்கப்பட்டவர்களின் பின்னால்... 35

3. தலைவணங்காத் தலைவன் 51

4. இலக்கும் பாதையும் 59

5. வியூக வகுப்பும் நிகழ்ச்சி நிரலும் 85

மால்கம் என்றொரு மாபெரும் தலைவன்

சுப. உதயகுமாரன்

சகோதரர் காஜா குதுப்தீன், மாபெரும் தலைவன் மால்கம் X அவர்களின் தலைமைத்துவம் பற்றிய தனித்துவத்துடன் கூடிய ஓர் அருமையானப் புத்தகத்தை நமக்கு தயாரித்தளித்திருக்கிறார். கடந்த 2015 ஆம் ஆண்டு 'புதிய விடியல்' இதழில் நான் எழுதிய ஓரிரு கட்டுரைகளைத் தொகுத்து, "எனது தலைவர் ஓர் இசுலாமியர்" எனும் ஒரு சிறு நூலை இலக்கியச்சோலை பதிப்பகம் 2016 ஆம் ஆண்டு வெளியிட்டது. அன்பும், அறிவும், அறமும், அழகும், அதி தீரமும் கொண்ட அந்த அற்புதத் தலைவரை தமிழ் இளைஞர்களுக்கு அறிமுகப்படுத்துவதே என் நோக்கமாக இருந்தது. இன்று அந்தப் பணியை சகோதரர் காஜா குதுப்தீன் உள்ளிட்டோர் அழகாகத் தொடர்கிறார்கள்.

அல்–ஹாஜ் மாலிக் அல்–ஷாபாஸ் எனும் அந்தத் தலைவன் இசுலாமியன், வெள்ளையரை வெறுப்பவன், கோபக்காரன், வன்முறையாளன் என்றெல்லாம் மேற்கத்திய ஊடகங்களும், அறிவுலகமும் அவனை தூற்றிக் கொண்டிருந்தன. அவனைக் கண்டு அதிகாரவர்க்கம் பயந்தது. அவனைப் பற்றி பேசினால், சிந்தித்தால், தர்மசங்கடமான பல கேள்விகள் எழுவதால், அறிவுலகம் அவனை இருட்டடிப்புச் செய்தது. முகஸ்துதி செய்து, முதுகு சொறிந்து வாழும் அரசியல்வாதிகள் கூட்டம் அவனது நேர்மையையும், துணிவையும் கண்டு அஞ்சினர்; எனவே அவனை தவிர்த்தனர்.

இனவெறியால், ஏற்றத்தாழ்வால், வன்முறையால், வரம்புகடந்த அடக்குமுறையால் பாதிக்கப்பட்டுக் கிடந்த அமெரிக்கக் கறுப்பின மக்கள் மட்டும் பகலவனாய்ப் பார்த்தனர் அவனை. வெடித்தெழும் எரிமலைகளும், ஆர்ப்பரிக்கும் கடல்பரப்பும், மலைகளும், வனங்களும், கரடுமுரடான

நிலப்பரப்புமாய்க் கிடக்கும் பூமிக்குள் ஓர் அளவற்ற அற்புதமான காந்தசக்தி புதைந்துகிடந்து நம்மையெல்லாம் பிடித்துவைத்திருப்பது போல, அல்–ஹாஜ் மாலிக் அல்–ஷாபாஸ் (எனும்) மால்கம் எக்ஸ் ஒரு மனிதக் காந்தம். அவன் ஏன் நம்மை இழுக்கிறான், எப்படி இழுக்கிறான் என்றெல்லாம் விளக்க முடியாது. பூமிக்குள் பொங்கி நிற்கும் பெருநெருப்பு போல, நீதிக்காய், உரிமைக்காய், விடிவுக்காய் அவனுக்குள் தகித்துக் கொண்டிருக்கும் தணல்தான் நம்மை இழுக்கிறது என்று நினைக்கிறேன். அவனின் நெருப்பில் கொஞ்சமேனும் உங்களுக்குள்ளும் இருந்தால், அவன் உந்தி இழுக்கிறான்; அல்லது உதறித் தள்ளுகிறான். இதுதான் உண்மை.

அமெரிக்காவின் நெப்ராஸ்கா மாநிலத்திலுள்ள ஒமாஹா எனுமிடத்தில் ஏர்ல் லிட்டில், லூயிஸ் லிட்டில் எனும் தம்பதியரின் ஏழு குழந்தைகளில் நான்காவதாக மே 19, 1925 அன்று பிறந்தார் மால்கம். அவரது தந்தையார் ஏர்ல் ஒரு கிறித்தவ மதபோதகர். 'கூ க்ளக்ஸ் கிளான்' எனும் வெள்ளைக்கார இனவெறியர்கள் அவரை தொடர்ந்து தாக்கியதால், குடும்பம் ஊர் ஊராகச் சுற்றித் திரிந்து இறுதியில் மிச்சிகன் மாநிலத்திலுள்ள லான்சிங்க் எனும் ஊரில் குடியமர்ந்தது. அங்கே 'பிளாக் லீஜியன்' எனும் வெள்ளைக்கார இனவெறிக் கும்பல் அவர்கள் மீது தொடர்ந்து தாக்குதல் நடத்தியது. 1929 ஆம் ஆண்டு அவர்கள் வீட்டை தீயிட்டுக் கொளுத்திய இனவெறியர்கள், பின்னர் ஏர்ல் லிட்டிலைக் கொன்று சாலையில் எறிந்தனர்.

ஆறு வயதுச் சிறுவனாய் இருந்த மால்கம் தந்தையின் கொலையால் மிகவும் பாதிக்கப்பட்டான். குடும்பத்தை வறுமை கவ்விக்கொண்டது. பாரத்தைத் தாங்க முடியாத லூயிஸ் லிட்டில் தன் மன ஒருமைப்பாட்டை இழந்தார். மனநல மருத்துவமனையில் அவர் அனுமதிக்கப்பட்டதும், குழந்தைகள் பிரிக்கப்பட்டு நாடெங்குமுள்ள வெவ்வேறு கருணை இல்லங்களுக்கு அனுப்பப்பட்டனர். எங்கோ யார் பாதுகாப்பிலோ வளர்ந்த மால்கம் பள்ளியில் நன்கு படித்தான். ஆனால் "நான் ஒரு வழக்குரைஞராக விரும்புகிறேன்" என்று மால்கம் சொன்னபோது அவனது வெள்ளைக்கார ஆசிரியர், "ஒரு கருப்பனுக்கு இது சாத்தியமல்ல" என்று சொல்லி அந்தத் தீயை அணைத்தார். படிப்பில் ஆர்வமிழந்த மால்கம் பள்ளிக்குச் செல்வதை நிறுத்திக் கொண்டான்.

தனது 14 வயது முதல் 21 ஆவது வயது வரை பாஸ்டன் நகரில் ஒன்றுவிட்ட சகோதரி ஒருவரோடு தங்கியிருந்த மால்கம், பல்வேறு சின்னச்சின்ன வேலைகள் செய்து காலத்தை ஓட்டினான். பின்னர் 1943 ஆம் ஆண்டு நியூயார்க் நகரில் கறுப்பின மக்கள் வசிக்கும் ஹார்லம் பகுதிக்குக் குடிபெயர்ந்தான். அங்கே போதைமருந்து விற்பது, சூதாடுவது, திருடுவது, விபச்சாரத் தரகு செய்வது போன்ற வேலைகளில் ஈடுபட்டான். இரண்டாண்டுகள் கழித்து 1945 ஆம் ஆண்டு மீண்டும் பாஸ்டன் திரும்பிய மால்கம், நான்கு நண்பர்களுடன் சேர்ந்து பணக்கார வெள்ளையர்களைக் கொள்ளையடிப்பதில் ஈடுபட்டான். அடுத்த ஆண்டே ஒரு திருட்டு வழக்கில் கைது செய்யப்பட்டு, எட்டு முதல் பத்தாண்டுகள் வரை சிறைத்தண்டனை விதிக்கப்பட்டு பாஸ்டனிலுள்ள சார்ல்ஸ்டவுண் சிறையில் அடைக்கப்பட்டான். அவனது நிறை குறைகளைக் காண உதவியது அந்தச் சிறை.

திருடனாய், திருத்த முடியாதவனாய், திசை திரும்பிப்போய் பாஸ்டன் சிறையில் பரிதவித்துக் கொண்டிருந்தான் மால்கம். சிறுபான்மை சமூகத்தைச் சார்ந்த ஓர் இளைஞன் நிறவெறி அமெரிக்காவின் நீதியற்ற சிறைச்சாலையில் நிம்மதியாக இருக்க முடியாது. பெற்றோரை இழந்து, உடன்பிறந்தோரிடமிருந்து பிரிந்து, வழிகாட்டுவாரின்றி ஏழ்மையிலும், வறுமையிலும் மூழ்கி, உள்ளுக்குள்ளே பொருமிக் கொண்டிருந்த, உளரீதியாக பாதிக்கப்பட்டிருந்த மால்கமின் நிலை இன்னும் மோசமாகவே இருந்தது. கண்மூடித்தனமான காவல்துறையினரின் தாக்குதல், தனிமைச் சிறை, சித்திரவதை, தாழ்வு மனப்பான்மை என்று மால்கம் சிதைக்கப்பட்டுக் கொண்டிருந்தான்.

அப்போதுதான் இருள் நிறைந்த அந்த வாழ்வில் இசுலாம் எனும் மெழுவர்த்தியை ஏற்றினார் சிறையில் உடனிருந்த ஓர் இசுலாமியத் தோழர். எலிஜா முகமது எனும் ஆன்மிகத் தலைவர் ஒருவர் நடாத்திய கறுப்பு மக்களை ஒருங்கிணைக்கும் ‘இசுலாமிய தேசம்’ (Nation of Islam) எனும் அமைப்பைச் சார்ந்த அந்தத் தோழர் மால்கமிடம் இசுலாமிய நம்பிக்கைகள், ஆன்மிக நெறிமுறைகள், தனிமனித ஒழுக்கங்கள் பற்றியெல்லாம் பேசினார். தனது வாழ்வையே புரட்டிப் போடுகிற ஒரு மாபெரும் ஆன்மிக அற்புதம் தன் வாழ்வில் நிகழ்ந்துவிட்டதாக மால்கம் உணர்ந்தார்.

அறிவும், ஆழமான ஆன்மிகத் தேடலும் நிறைந்த, திறமை மிக்க, பேச்சாற்றல் கொண்ட மால்கம் எனும் இளம் தலைவர் 1952 ஆம் ஆண்டு ஆகஸ்ட் மாதம் சிறையிலிருந்து வெளியே வந்தார். தனது ஆன்மிக குரு எலிஜா முகமது அவர்களை சந்தித்து கண்ணீர் சிந்தினார். கரைகள் கட்டி முடக்கப்பட்டிருந்த அந்த அகன்ற ஆழமான நீர்த்தேக்கம், தன் தேக்க நிலையைத் தகர்த்தெறிந்து காட்டாற்று வெள்ளம் போல பெருக்கெடுத்து ஓடியது. அதன் ஆர்ப்பரிப்பில் ஆயிரக்கணக்கான மக்கள் அணிதிரண்டு நின்றனர்.

பெட்டி சாண்டர்ஸ் எனும் ஒரு சகோதரி 1955 ஆம் ஆண்டு மால்கமை ஒரு சொற்பொழிவுக்குப் பின் சந்தித்தார். இருவரும் மீண்டும் ஓர் விருந்தில் சந்தித்தனர். அருவியெனப் பொழியும் மால்கமின் ஆங்கில உரைவீச்சுக்களில் மயங்கிய பெட்டி அவரது கூட்டங்களுக்கு தொடர்ந்து செல்லத் தொடங்கினார். அடுத்த ஆண்டே அவர் தன்னை இசுலாமிய தேசம் அமைப்பில் இணைத்துக்கொள்ள, இருவரும் இணையராகினர்.

மால்கம் எனும் இளம்புயலின் இடையறாத உழைப்பால், 1955 முதல் 1961 வரையிலான ஆறாண்டு காலத்தில் நூற்றுக்கும் மேற்பட்ட இசுலாமிய மசூதிகள் அமெரிக்கா முழுவதும் நிறுவப்பட்டன. பலரும் கேள்விப்படாத 'இசுலாமிய தேசம்' எனும் சிறு அமைப்பை ஒரு லட்சம் உறுப்பினர்கள் கொண்ட ஓர் ஒப்பற்ற இயக்கமாக மாற்றினார் மால்கம். அறுபதுகளின் துவக்கத்தில் அமெரிக்கா முழுவதும் கொண்டாடப்பட்ட, பெரிதும் விரும்பப்பட்ட மேடைப் பேச்சாளராக, ஊடக விவாதக்காரராக முகிழ்த்தார் மால்கம். 'இசுலாமிய தேசம்' இயக்கத்தையும், மால்கமையும் கண்டு பயந்துபோன, அமெரிக்க உளவு நிறுவனமான FBI இவர்களை கண்காணிப்பதிலும், பேச்சுக்களைப் பதிவு செய்வதிலும், இடைமறிப்பதிலும், துன்புறுத்துவதிலும் ஈடுபட்டது.

நாளடைவில் 'இசுலாமிய தேசம்' அமைப்பின் தலைவர் எலிஜா முகமதுவுக்கும், மால்கமுக்கும் இடையே மனக்கசப்பு ஏற்பட்டது. சிகாகோ நகரில் இருந்த எலிஜா முகமது கூட்டாளிகள் மால்கமின் வளர்ச்சியை தாங்கிக் கொள்ள முடியாமல் புழுங்கிக் கொண்டிருந்தனர். எலிஜா முகமது திருமண பந்தத்துக்கு வெளியே தன்னிடம் வேலை பார்த்த இளம்பெண்களை வன்புணர்ச்சி செய்து பல குழந்தைகளைப் பெற்றுக்கொண்டார் எனும் செய்தி இடி போலத் தாக்கியது மால்கமை.

பின்னர் 1964 ஆம் ஆண்டு மார்ச் மாதம் 'இசுலாமிய தேசம்' அமைப்பிலிருந்து மால்கம் எக்ஸ் வெளியேறினார். தன்னோடு 'இசுலாமிய தேசம்' அமைப்பில் ஆன்மிக அடிப்படையில் பணியாற்றிய தோழர்களை ஒருங்கிணைக்க 'முசுலிம் மசூதி' எனும் அமைப்பையும், ஆஃப்ரோ அமெரிக்கர்களின் ஒற்றுமை நிறுவனம் எனும் இயக்கத்தையும் தோற்றுவித்தார்.

அதே 1964 ஆம் ஆண்டு ஏப்ரல், மே மாதங்களில் மெக்கா, மெதினா நகரங்களுக்கு புனிதப் பயணம் மேற்கொண்டார். இனம். மொழி, தேசம் போன்ற பேதங்கள் ஏதுமின்றி அனைத்து மனிதர்களும் ஒரு தாய்ப் பிள்ளைகளாக ஒருங்கே நின்றது மால்கமை பெரிதும் கவர்ந்தது. இனவெறியாளராக வாழ்ந்த, வளர்ந்த மால்கம் இனியதோர் மனிதநேயப் பண்பாளராக உருவெடுத்தார். தனது பெயரை அல்–ஹஜ் மாலிக் அல்–ஷாபாஸ் என்று மாற்றிக்கொண்டார்.

மெக்காவுக்கு புனிதப் பயணம் சென்றுவந்த மால்கம் தனது புதிய அரசியல் உபகரணத்தை மக்களுக்கு அறிவித்தார். அதாவது கறுப்பின மக்களை வாக்காளர்களாக மாற்றி, அரசியல் கற்பித்து, பொருளாதாரத் தன்னிறைவு அடையச் செய்து, தற்சார்புடைய சமூகமாக மாற்றத் திட்டமிட்டார். குடிமை உரிமைகளுக்காகப் போராடிக்கொண்டிருந்த கறுப்பின மக்களை பன்னாட்டு மனித உரிமைகளுக்காகப் போராடக் கேட்டுக்கொண்டார்.

ஐரோப்பிய காலனி ஆதிக்கத்திலிருந்து விடுதலை பெற போராடிக் கொண்டிருந்த ஆசிய, இலத்தீன் அமெரிக்க, ஆப்பிரிக்க மக்களின் பாடுகளையும், அமெரிக்காவில் சமத்துவத்துக்காகப் போரடிக்கொண்டிருந்த கறுப்பின மக்களின் துன்பங்களையும் ஒப்பிட்டுப் பேசினார் மால்கம். வியட்நாம் பிரச்சினையில் அமெரிக்க இராணுவம் தலையிடுவதை மால்கம் கடுமையாக எதிர்த்தார். இவற்றின் விளைவாக 1964 ஆம் ஆண்டு நவம்பர் மாதம் மால்கம் அமெரிக்காவுக்குத் திரும்பியதும் அவருக்கும், அவரது குடும்பத்துக்கும் எதிராக கொலை மிரட்டல்கள் அதிகமாக வரத் துவங்கின. அடுத்த ஆண்டு பிப்ருவரி மாதம் 14 ஆம் நாள் அவர்களின் வீடு குண்டுவீசித் தாக்கப்பட்டு முற்றிலுமாக எரிக்கப்பட்டது.

அதன் பிறகு 1965 பிப்ருவரி 21 அன்று நியூயார்க் நகரின் மன்ஹாட்டன் பகுதியிலுள்ள ஆதுபோன் கலையரங்கில் ஆப்பிரிக்க அமெரிக்கர்களின் ஒற்றுமை இயக்கத்தின் கூட்டம் ஒன்றில் பேசுவதற்காக மால்கம் வந்தார். சுமார் 400 பேர் கூடியிருந்த அந்த நிகழ்வு ஆரம்பிக்கும்போது, கூட்டத்தின் மத்தியில் உட்கார்ந்திருந்த ஒருவர் கத்திப்பேசி ரகளை செய்தார். கூட்டத்தினர் கவனம் அந்த குழப்பத்தில் குவிந்திருந்த நிலையில் முன்வரிசையில் அமர்ந்திருந்த மூவர் மேடையில் நின்றுகொண்டிருந்த தலைவரை நோக்கி சரமாரியாகச் சுட்டார்கள். அவர் நெஞ்சிலும், தோள்பட்டையிலும், கைகளிலும், கால்களிலுமாக 31 முறை சுட்டிருந்தார்கள். மதியம் 3.30 மணியளவில் மால்கம் எனும் மகோன்னத மனிதன் இறந்துவிட்டதாக மருத்துவமனை அதிகாரிகள் அறிவித்தார்கள்.

பிப்ருவரி 23 முதல் 26 வரை பொதுமக்கள் பார்வைக்கு வைக்கப்பட்டிருந்த மால்கமின் உடலுக்கு ஏறத்தாழ 30,000 பேர் அஞ்சலி செலுத்தினர். பிப்ருவரி 27 அன்று நடந்த அடக்கத்துக்கு ஏராளமான மக்களும், பிரமுகர்களும் வந்து குவிந்தனர். ஆசி டேவிஸ் எனும் சமூக செயற்பாட்டாளர் மால்கமை "நமது ஒளிரும் கறுப்பு இளவரசன்" என்று வர்ணித்தார். அவர் சொன்னார்:

"கறுப்பின மக்களின் நண்பர்கள் என தம்மை அழைத்துக் கொள்ளும் சிலர், மால்கமை வெறுத்து ஒதுக்குங்கள், அவரது நினைவுகளிலிருந்து விலகிச் செல்லுங்கள், நமது குழப்பமான இந்தக் காலகட்டத்தின் வரலாற்றில் அவர் பெயரைக் குறிப்பிடாதீர்கள் என்றெல்லாம் நம்மைப் பணிப்பதை தங்கள் கடமை எனக் கருதுகிறார்கள். இந்த புயல் போன்ற, முரண்பாடுகளுக்காளான, உறுதியான, இளம் தலைவரிடம் போற்றுவதற்கு என்ன இருக்கிறது என்று பலரும் கேட்பார்கள். நாம் சிரித்துக் கொள்வோம். இவர் ஒரு மனிதரல்ல, பூதம், அசுரன், நாசகாரி, கறுப்பு மக்களின் எதிரி, இவரிடமிருந்து விலகிவிடுங்கள் என்று பலர் சொல்வார்கள். நாம் சிரித்துக் கொள்வோம். அவர் ஒரு வெறுப்புணர்வு கொண்டவர், ஒரு மூர்க்கர், இனவெறியர்; உங்களின் போராட்டத்துக்கு கேடு விளைவிப்பார் என்று சொல்வார்கள். நாம் அவர்களுக்கு பதிலளிப்போம்: சகோதரர் மால்கமுடன் எப்போதாவது பேசியிருக்கிறீர்களா? அவரைத் தொட்டிருக்கிறீர்களா? அவர் உங்களைப் பார்த்து சிரித்திருக்கிறாரா? அவர் பேசுவதைக்

கேட்டிருக்கிறீர்களா? அவர் ஏதாவது கீழ்த்தரமான செய்கையை செய்திருக்கிறாரா? ஏதாவது வன்முறையில் ஈடுபட்டிருக்கிறாரா? பொது அமைதிக்கு குந்தகம் விளைவிக்கும் விதத்தில் நடந்து கொண்டிருக்கிறாரா? இப்படி நீங்கள் சிந்தித்தால், அவரை நீங்கள் அறிய முடியும். அவரை நீங்கள் அறிந்திருந்தால், ஏன் அவரை கவுரவிக்க வேண்டும் என்பது உங்களுக்குப் புரியும்."

மால்கம் எக்ஸ் மனித வரலாற்றிலேயே மிகவும் சக்திவாய்ந்த, புகழ்மிக்க உலகத் தலைவர்களுள் ஒருவராகத் திகழ்கிறார். அந்த அற்புதத் தலைவனின் வளர்ச்சியை, அவனது தலைமைத்துவத் தத்துவங்களை, தன்னிகரற்ற தனித்துவங்களை எல்லாம் கதைபோலச் சொல்லி கவர்ந்திழுக்கும் "மால்கம் X: அறிமுகமும் அரசியலும்" எனும் நூல் தவிர்க்கப்பட முடியாதது.

"உனக்கு ஏதாவது தேவைப்பட்டால், நீ தவறாது குரல் எழுப்பு எனும் பாடத்தை வாழ்வின் இளம் பருவத்திலேயே நான் படித்து விட்டேன்" என்கிறார் மால்கம். ஆம், மால்கம் வழியில் உரிமைகளுக்காகக் குரல் எழுப்புவோம், மனிதராய் உலகில் வாழ்ந்து மிளிர்வோம்!

நாகர்கோவில். **சுப. உதயகுமாரன்**
ஆகத்து 4, 2023.

முன்னுரை

விழித்தவிழியில் மேதினிக் கொளிசெய்!

தொடக்கத்தில் ஒரு குறிப்பிட்ட சமூகத்தினருக்காகவும், பின்னர் தேசிய அளவிலும், இறுதியில் அனைத்துலக மக்களுக்காகவும் வாழ்ந்து சேவை புரிந்தவர் அவர். சிலர் என் தந்தையைப் பற்றி இப்படிச் சொல்வதுண்டு: 'மால்கம் X, தான் வாழ்ந்த காலத்தையும் தாண்டி சிந்தித்தவர்'. ஆனால், உண்மையில் அவர் தான் வாழ்ந்த காலம் குறித்துத்தான் சிந்தித்தார். நாம்தான் பின்தங்கியவர்களாக இருந்தோம்.

– அட்டல்லா ஷாபாஸ், மால்கம் X–ன் மூத்த மகள்

ஒடுக்குபவன் – ஒடுங்கியவன், ஆண்டான் – அடிமை வரலாறுதான் உலக சரித்திர நூல்களின் மையக் கரு. ஒரு குறிப்பிட்ட சாராரை ஒடுக்கும் அவலத்தை, அறிவெழுச்சியோ நவீன கண்டுபிடிப்புகளின் வரவோ தடுத்து நிறுத்தவில்லை. இது தொடர்ந்து கொண்டேதான் இருக்கிறது. உலகம் உள்ளளவும் இது தொடரவே செய்யும். இந்தப் பூமியின் இயக்கமே, அடக்குபவனுக்கு எதிராக திமிறி எழும் ஒடுக்கபட்டவர்களின் போராட்டத்தில்தான் தங்கியுள்ளது.

ஒடுக்குமுறைக்கு எதிரான போராட்டங்களில் பயன்படுத்தும் ஆயுதங்களும் யுக்திகளும் காலந்தோறும் மாறி இருக்கின்றன. மேம்பாடடைந்திருக்கின்றன. ஆனால் போராட்டம் என்பது எப்போதும் எங்கேயும் ஒன்றுதான். அது ஒடுக்குமுறைக்கு, சுரண்டலுக்கு, ஆதிக்கத்துக்கு எதிரானதுதான். அதனால் எல்லாக் காலத்துக்கும் எல்லா பகுதிக்கும் பொருந்துவதான ஒரு போராட்ட முறையை வரலாற்று

அனுபத்தில் இருந்து தருவித்துக் கொள்ள முடியும். அப்படி தருவித்துக் கொண்ட முளைக் குச்சிகளை நிலத்தில் அறைந்து அதன் மீது லெனினிய/ மாவோயிஸ/ சோசலிச/ இஸ்லாமிய கித்தானைப் போர்த்தி விரும்பிய கொள்கைகளின் நிழலில் இளைப்பாறலாம்.

நிலம், இனம், மதம், சாதி, மொழி, பாலினம் – ஒடுக்குவதற்கு, அடக்கியாள்வதற்கு இன்னும் எதுவெல்லாம் காரணமாக இருக்கிறதோ, அதற்கெதிரான போராட்டங்களுக்கு தேவையான அடித்தளம் 'இதுதான்' என அமெரிக்காவில் கறுப்பின விடுதலைக்காகப் போராடிய மாவீரன் மால்கம் X அடையாளம் காட்டுபவைகளாக 'நான் கருதுவதை' இந்த நூலில் தொகுத்திருக்கிறேன். இது என்னுடைய சுய தேர்வுதானே தவிர, நடைமுறைப்படுத்தி வெற்றி கண்ட பதிப்பு கிடையாது. எந்தப் புரட்சிக்கும் 'பழைய பதிப்பு' என்ற ஒன்று கிடையாது.

அமெரிக்காவில் இனப்பாகுபாட்டுக்கு எதிராகப் போராடியதால் சுட்டுக் கொலை செய்யப்பட்ட மால்கம் X பற்றிய விரிவான ஓர் ஆய்வு நூலை உருவாக்கும் முயற்சியில் கிளைத்து விளைந்ததே இந்த நூல்.

மால்கம் X வரலாற்றை *'என் புரட்சி'* என்ற பெயரில் (இலக்கியச்சோலை பதிப்பக வெளியீடு) Bio Fiction–ஆக எழுதும் போது ஆய்ந்துணர்ந்த அவரது சிந்தனை, போராட்ட முறைகள், அமெரிக்க அரசியல் – சமூக – பொருளாதார சூழல், இன அடிப்படையில் ஒடுக்கப்பட்ட கறுப்பர்களின் வாழ்வியல் ஆகியன மீதான என்னுடைய அவதானமே இந்த நூல்.

மால்கம் போராடிய களம், இந்தியாவில் வாழும் ஒடுக்கப்படும் சமூகங்களான தலித், முஸ்லிம்களின் போராட்டக் களத்தை பிரதிபலிப்பதாக, ஒத்திருப்பதாக உணர்ந்தேன். சூன்யப் புள்ளியிலிருந்து புரட்சியைத் தொடங்க எந்த தீர்க்கதரிசியும் வழிகாட்டவில்லை. அப்படி வழிகாட்டவும் முடியாது. நிலவி வரும் சூழலைக் கருத்தில் கொண்டு, அதனை புரட்டிப் போடத்தான் மறுமலர்ச்சிக்கு வித்திட்டவர்கள் காலந்தோறும் முனைந்திருக்கிறார்கள். அந்த முனைப்பில் வெற்றி கண்டவர்கள் வழிகாட்டிகளாகவும், வெற்றியைத் தவறவிட்டவர்கள் பாடமாகவும் நம் முன் நிற்கிறார்கள்.

அட்டல்லா ஷாபாஸ் சொல்வது போல, நாம் எங்கெங்கு பின்தங்கி இருக்கிறோம் என்பதைக் சுட்டிக்காட்டும் எச்சரிக்கைப் பேரொலியாக மால்கம் X எனக்கு புலப்பட்டார். கொஞ்சம் விரிந்த பார்வையில்

நோக்கினால், உலகம் முழுவதும் போராடும் ஒடுக்கப்பட்டவர்களுக்கு மால்கம் X-ன் கண்ணாடி தேவைப்படலாம். தொழிலாளர்களுக்கு மத்தியில்கூட மதத்தின் அடிப்படையில், சாதியப் பார்வையில் பாகுபாடு பார்த்து (இந்தியாவில் சாதி, மதம் என்றால், மற்ற நாடுகளில் வேறுவிதமான மேலாதிக்க பார்வையோடு) வர்க்கப் போராட்டத்தை நீர்த்துப் போகச் செய்யும் இந்தக் காலகட்டத்தில் மார்க்ஸ் வாழ்ந்தால், 'உலகத் தொழிலாளர்களே ஒன்றுபடுங்கள்' என்று முழங்கியதற்குப் பதிலாக, 'ஒடுக்கப்பட்டவர்களே ஒன்றுபடுங்கள்' என முழங்குவார்.

மாபெரும் தலைவனைப் பற்றிய தெளிவான பிம்பத்தையும் சுருக்கமான அறிமுகத்தையும் அணிந்துரையாக வழங்கிய தோழர் சுப. உதயகுமாரன் அவர்களுக்கும், மெய்ப்புத் திருத்திய தோழர் அஹ்மது அவர்களுக்கும், நூலை அழகுற வெளியிட்டிருக்கும் எதிர் வெளியீட்டிற்கும் நன்றி.

வாசகர்களிடமிருந்து ஆக்கப்பூர்வமான ஆலோசனைகளையும் அறிவுப்பூர்வமான விமர்சனங்களையும் எதிர்பார்க்கிறேன்...

ஜூன் 24, 2023
S.காஜா குதுப்தீன்
writerqutub@gmail.com
+91 95000 75795

1

உரிமைப் போரின் படைக்கலன்

எதிர்காலத்தை பிரகாசமாக்கிக் கொள்ள நிகழ்காலத்தில் தயாராகும் மக்களுக்கு கல்விதான் கடவுச்சீட்டு.

ஒரு மனிதனின் முழு வாழ்க்கையையும் ஒரு புத்தகத்தால் மாற்ற முடியும் என்பதை மக்கள் உணரவில்லை.

– மால்கம் X

மால்கம் லிட்டில் சிறுவதிலேயே தந்தையை இழந்துவிடுகிறார். அதுவும் மர்மமான முறையில் கொடூரமாகக் கொல்லப்பட்டு... ஆனால் அந்தச் சாவை சிறுவன் மால்கம் எதிர்பார்த்திருக்க வாய்ப்பிருந்ததாகவே நாம் கருத வேண்டியுள்ளது.

ஆம்! மால்கமுக்கு அப்போது நான்கு வயது. அமெரிக்காவின் ஒமாஹா பகுதியில் அவரின் குடும்பம் வசித்து வந்தது. 1929 ஆம் ஆண்டில் ஒரு நாள் இரவு, குடும்பத்தோடு நன்றாக தூங்கிக் கொண்டிருந்த போது, திடீரென பயங்கர கூச்சல், குழப்பம். கண் விழித்துப் பார்க்க முடியாமல் திணறினான் சிறுவன் மால்கம். வீடு முழுவதும் புகைமூட்டம். வீடு தீப்பிடித்து எரிந்து கொண்டிருந்தது. வீட்டில் தீ வைத்து விட்டு ஓடிய இரண்டு வெள்ளையர்களை துரத்திக் கொண்டு ஓடிய தந்தை ஏர்ல் லிட்டில் துப்பாக்கியால் அவர்களை நோக்கிச் சுட்டார். ஆனால் அந்த வெள்ளையர்கள் தப்பிவிட்டனர். எல்லாம் எரிந்து சாம்பலாகி வீடே தரைமட்டமாக, குடும்பமே நடுத்தெருவுக்கு வந்தது.

பின்னர் மிகுந்த சிரமங்களுக்கிடையில், லேன்சிங் நகரில் சொந்தமாக ஒரு வீட்டைக் கட்டி குடியேறியது மால்கம் குடும்பம். வெள்ளை இன வெறியர்கள் அங்கும் விட்டு

வைக்கவில்லை. சரியாக இரண்டு ஆண்டுகள் கழித்து ஒரு நாள்... வீட்டைவிட்டு வெளியே சென்ற மால்கமின் தந்தை வீடு திரும்பவில்லை. சாலையில் மர்மமான முறையில் இறந்து கிடந்தார். பிளாக் லீஜியன் அமைப்பைச் சேர்ந்த வெள்ளை இனவெறியர்கள், அவரை அடித்துக் கொலை செய்துவிட்டு, விபத்தில் இறந்தது போல உடலை சாலையில் வீசிச் சென்றதாக, தந்தையின் நண்பர்கள் பேசிக் கொண்டதை செவிமடுத்தான் சிறுவன் மால்கம்.

“அமெரிக்க வெள்ளையர்களின் இனவெறியிலிருந்து கறுப்பர்களுக்கு விடுதலை கிடைக்க வேண்டுமென்றால், கறுப்பர்கள் மீண்டும் தங்கள் தாயகமான ஆஃப்ரிக்காவுக்கே திரும்பிச் செல்ல வேண்டும்” - கறுப்பினப் போராளி மார்கஸ் கார்வே பிரகடனப்படுத்திய கொள்கை இது. இந்தக் கொள்கை முழக்கத்தோடு இயங்கிய, சர்வதேச கறுப்பர் முன்னேற்ற சங்கத்தில் *(Universal Negro Improvement Association-UNIA)* மால்கமின் தந்தை தீவிரமாக செயல்பட்டு வந்தார்.

கார்வேயின் கொள்கையில் உறுதியாக இருந்த மால்கமின் தந்தை, கறுப்பர்களை ஒருங்கிணைத்து இயக்கத்தை வளர்த்தெடுத்தார். இத்தகைய போராட்ட குணம் கொண்ட ஒரு கறுப்பரை வெள்ளை இனவெறியர்கள் வெறுமனே விட்டு விடுவார்களா? கொலை செய்து சாலையில் வீசிச் செல்லும் அளவுக்குத்தான் அமெரிக்காவில் கறுப்பர்களின் உயிருக்கு மதிப்பு இருந்தது.

கணவர் இறந்த பிறகு ஏழு குழந்தைகளை வைத்துக் கொண்டு திணறினார் மால்கமின் தாயார் லூயிஸா லிட்டில். அவருக்கு மனநலம் பாதிக்கப்பட்டிருப்பதாகச் சொல்லி, அவரை மனநல மருத்துவமனையில் வலுக்கட்டாயமாகச் சேர்த்தனர் அங்கிருந்த சமூக நலத்துறை ஊழியர்கள். மால்கமின் தாயார் வழக்கமான குடும்பத் தலைவிகளைப் போலல்லாமல், கணவரின் இயக்கப் பணிகளுக்கு உதவினார். ஊக்கமளித்தார். அவர் ஓர் எழுத்தாளரும்கூட. கறுப்பர் முன்னேற்ற சங்க பத்திரிகையான Negro World இதழில் தொடர்ந்து எழுதி வந்தார். கணவர் மர்மமான முறையில் கொல்லப்பட்டு இறந்த நிலையில், லூயிஸா லிட்டில் இன்னும் இன்னும் தீவிரமாக இயக்கப் பணியாற்ற வாய்ப்பிருப்பதாக கருதிய வெள்ளை

ஆதிக்கவாதிகள் அந்தப் பெண்மணியையும் விட்டு வைக்க தயாராக இல்லை. மனநலம் பாதிக்கப்பட்டிருப்பதாக ஒரு கட்டுக் கதையைக் கட்டிவிட்டு மனநல மருத்துவமனைக்கு அனுப்ப, அந்தக் குடும்பமே உருக்குலைந்தது.

நீதிமன்றக் கட்டுப்பாட்டின் கீழ், சில தனவந்தர்களின் கண்காணிப்பில் மால்கமும் அவரின் சகோதரர்களும் வளர்வதற்கு வெள்ளை நீதிபதிகள் உத்தரவிட்டனர். மால்கமின் மூத்த சகோதரர் வில்ஃபிரட்டும், அக்கா ஹில்டாவும் பெரியவர்கள் என்பதால் அவர்கள் மட்டும் நீதிமன்ற உத்தரவிலிருந்து விலக்கு பெற்றனர். லேன்சிங் நகரில் உள்ள அவர்களுக்குச் சொந்தமான வீட்டில் வசித்துக் கொள்ள நீதிமன்றம் அவர்களுக்கு அனுமதி அளித்தது.

கறுப்பினக் குடும்பமொன்றின் பராமரிப்பில் வளர்க்கப்பட்ட மால்கம், ஒரு நாள் தலையில் தொப்பியோடு பள்ளிக்குச் செல்கிறார். ஒழுங்கீனமாக நடந்து கொண்டதாகக் கூறி, வகுப்பறையைச் சுற்றி வரும் தண்டனையைக் கொடுக்கிறார் வெள்ளை இன ஆசிரியர். ஆத்திரமடைந்த மால்கம், ஆசிரியரின் இருக்கையில் குண்டூசியைச் செருகி பழிவாங்க, உடனே அந்தப் பள்ளியிலிருந்து நீக்கப்படுகிறார். பிரச்சினை அத்தோடு முடியவில்லை. சமூக நலத்துறை அதிகாரிகளின் பார்வைக்கு இது தெரியவர, மேசன் என்ற பகுதியில் உள்ள சிறுவர் சீர்திருத்தப் பள்ளிக்கு மால்கமை அனுப்புகின்றனர். படித்துக் கொண்டே உணவகம் ஒன்றில் பகுதி நேரமாக தட்டுக்களை கழுவும் வேலையும் பார்த்து வருகிறார் மால்கம். அப்போது அவருக்கு வயது 13.

கல்வியில் அவர் முழுமையான ஈடுபாடு காட்டி, நன்றாகப் படித்து வகுப்பில் முதல் மாணவனாக முன்னேறுகிறார். ஏழாவது படிக்கும் போது வகுப்புத் தலைவனாகவும் தேர்ந்தெடுக்கப்படுகிறார். எட்டாம் வகுப்பு படிக்கும் போது, வருங்காலத்தில் நீங்கள் என்னவாக ஆக விருப்பம் என மாணவர்களிடம் வகுப்பாசிரியர் கேட்கிறார். மாணவர்கள் தங்கள் எதிர்கால ஆசைகளை வெளிப்படுத்துகின்றனர். மால்கம் முறை வருகிறது. வழக்கறிஞராக வேண்டும் என்ற தன்னுடைய கனவை வெளிப்படுத்துகிறார் மால்கம்.

சிறு வயதில் கடுமையான சோதனைகளை அனுபவித்துக் கொண்டிருந்த அந்தச் சிறுவன், 6 வயதில் தந்தையை இழந்த அந்தச் சிறுவன், அன்னையின் அன்பை முழுமையாக அனுபவிக்க முடியாமல் தாயை மனநல மருத்துவமனைக்கு அனுப்பி வைத்து துன்பப்படும் அந்தச் சிறுவன், வருங்காலமாவது வசந்தமாக அமையட்டும் என்ற நம்பிக்கையில் வழக்கறிஞராவேன் என்ற தன் ஆவலை வெளிப்படுத்துகிறான். தான் பார்த்த எந்த வழக்கறிஞரும் ஹோட்டலில் தட்டுக் கழுவியதில்லை என்பதால், வழக்கறிஞரானால் குறைந்தபட்சம் தட்டுக் கழுவும் அவமானமின்றி காலத்தைப் போக்கலாம் என நினைத்திருக்கலாம்.

மால்கமின் ஆசையைக் கேட்டவுடன் ஏளனமாக, எகத்தாளமாகச் சிரிக்கிறார் ஆசிரியர். "ஒரு கறுப்பனுக்கு எந்த அளவுக்கு கல்வி தேவையோ அந்த அளவுக்கு நீ படித்தால் போதும் மால்கம்... ஏன் நீ ஒரு தச்சனாக ஆகக் கூடாது...? உனக்குத் தான் தச்சுத் தொழில் நன்றாக வருகிறதே..." என்கிறார் அந்த வெள்ளை இன ஆசிரியர்.

வெள்ளையர்களின் இழிவான குணம் மால்கமுக்கு தெரியும் தான்... அவர்கள் இனவெறிப் பிடித்தவர்கள் என்பதும் வெள்ளை ஆதிக்கத்தை வெளிப்படுத்த, கறுப்பு நிறத்தவர்களை கீழ்மைப்படுத்த எந்த எல்லைக்கும் செல்வார்கள் என்பதும் தெரியும்தான். ஆனால், ஒரு கல்விக்கூடத்தில் பாடம் கற்றுக் கொடுக்கும் படித்த, பண்பான ஆசிரியர் ஒருவர் தம்மிடம் இனப்பாகுபாட்டை காட்ட மாட்டார் என நம்பினார் மால்கம். வகுப்புத் தலைவனான, வகுப்பில் நன்றாகப் படிக்கும் சிறந்த மாணவனான தன்னை, ஒரு கறுப்பன் என்பதற்காக ஒதுக்காமல் ஊக்குவிப்பார் என்று எதிர்பார்த்தே சிறுவன் மால்கம் தன்னுடைய எதிர்காலக் கனவை வெளிப்படுத்தி இருக்க வேண்டும். எவ்வளவு படித்து உயர்ந்த பொறுப்பில் இருந்தாலும் வெள்ளையனின் உள்ளத்தில் இனவெறி ஆழமாக வேரூன்றி இருப்பதை அந்தக் கணத்தில்தான் உணர்ந்து கொண்டான் சிறுவன் மால்கம். அப்போது முதல் அமெரிக்க சமூகத்தின் மற்றுமொரு அழுக்காக மாறுகிறார் மால்கம் லிட்டில்.

8 ஆம் வகுப்போடு படிப்பை நிறுத்திய மால்கம் லிட்டில், தெருப் பொறுக்கியாக திரிந்து மதுவுக்கு அடிமையாகி, போதைப் பொருட்களை விற்பனை செய்து, அடியாளாக உயர்ந்து, ரவுடியாக வலம் வந்து போலீஸின் துப்பாக்கிக் குண்டுகளுக்கு பயந்து, தலைமறைவாகி, சோற்றுக்கு வழியில்லாமல் வெள்ளைக்காரப் பெண்களின் சகவாசத்தோடு வயிற்றுப் பிழைப்புக்காக வீடுகளில் திருடி, ஏறக்குறைய ஆறு ஆண்டு காலம் குற்றங்களின் உறைவிடமாக உறைந்து போன மால்கம் இறுதியில் போலீஸில் சிக்குகிறார்.

திருட்டுக் குற்றத்துக்காக தண்டனையை எதிர்பார்த்து நீதிமன்றத்தில் நின்ற போது, வெள்ளைப் பெண்களுடன் எப்படி பழகலாம் என்பதற்காக கோபப்பட்ட வெள்ளையின நீதிபதிகள் மால்கம் லிட்டிலை சிறையில் தள்ளுகின்றனர்.

21 வயதில் சிறைக்குச் சென்ற மால்கம் லிட்டிலுக்கு இஸ்லாமிய மார்க்கம் அறிமுகமாகிறது. கறுப்பர்கள் விடுதலை பெற, கறுப்பர்களின் இன இழிவு ஒழிய இஸ்லாம் ஒன்றே வழி என போதித்த நேஷன் ஆஃப் இஸ்லாம் என்ற அமைப்பின் மூலம் சிறையில் வைத்தே முஸ்லிமான மால்கம் லிட்டில், அனைத்து கெட்ட பழக்கங்களில் இருந்தும் விடுபட்டு புது மனிதனாக உருவெடுக்கிறார்.

பள்ளிக் கல்வியை பூர்த்தி செய்ய முடியாமல் போனதை நினைத்து வருந்திய மால்கம், சிறையிலேயே கல்வியைத் தொடர முடிவெடுக்கிறார். அங்குள்ள நூலகங்களில் உள்ள புத்தகங்களை தீவிரமாக வாசிக்கிறார். பள்ளிக் கல்வியையே நிறைவு செய்யாததாலும் தெருப் பொறுக்கியாக சுற்றியதாலும், ஆங்கிலம்தான் தாய்மொழி என்றாலும், அந்த மொழியில் பேச வருகிறதே ஒழிய ஆங்கில புத்தகங்களை வாசிக்கவோ ஆங்கிலத்தில் எழுதவோ தனக்கு மிகவும் சிரமமாக இருப்பதை உணர்கிறார். அதனால் ஆங்கில மொழியில் திறமையை வளர்த்துக் கொள்ள தீர்மானித்து, ஆங்கில அகராதியையே கற்றுக் கொள்ளத் துணிகிறார். ஒரு நாளைக்கு ஒரு பக்கம் வீதம், அந்தப் பக்கங்களில் உள்ள வார்த்தைகளை தாளில் எழுதிப் பார்த்து மனனம் செய்து, அகர வரிசையில் அமைந்த ஆயிரக்கணக்கான ஆங்கில வார்த்தைகளை அதன் மூலச்சொல் விளக்கங்களோடு

கற்றார். இந்த முறையிலேயே தொடர்ந்து கற்று, இறுதியில் முழு அகராதியையும் மனனம் செய்து, ஏறக்குறைய பத்து லட்சம் ஆங்கில வார்த்தைகளை அறிந்து கொண்டார்.

ஓர் அகராதியையே கற்றுக் கொள்ள முடியும் என்பதை அறிந்த மால்கமுக்கு புதிய நம்பிக்கை பிறந்தது. இந்த நம்பிக்கை தந்த உந்துதலால், ஆங்கில புத்தகங்களை அதுவும் காத்திரமான புத்தகங்களை வாசிக்கத் தொடங்கி, புத்தக வாசிப்பு என்பது அவரின் அன்றாட நடவடிக்கைகளில் ஒன்றாக, அனிச்சை செயலைப் போல் அவரோடு ஒட்டிக் கொண்டது.

இஸ்லாத்தை சிறையில் தனக்கு அறிமுகப்படுத்திய நேஷன் ஆஃப் இஸ்லாம் அமைப்பின் தலைவர் எலிஜா முஹம்மதோடு கடிதத் தொடர்பையும் பேணி வந்தார் மால்கம். எலிஜா முஹம்மது கடிதங்கள் வழியாக போதித்த கருத்துக்களுக்கு, புத்தகங்களில் ஆதாரங்களைத் தேடி ஆழமாகக் கற்றார். சிறைக் குடியிருப்பு நூலகம் அவரது வாசிப்பு பசிக்கு நன்றாக தீனி போட்டது.

ஆஃப்ரிக்காவிலிருந்த கறுப்பர்கள் அமெரிக்காவிற்கு கடத்திக் கொண்டு வரப்படுவதற்கு முன், அவர்களது வாழ்நிலை குறித்து விரிவாக வாசித்த மால்கம், தன் இனத்தின் மூலவேர் அமெரிக்காவில் இல்லை; தான் வெள்ளையனின் அடிமை இல்லை; அடிமைச் சங்கிலியை கறுப்பர்கள் மீது பிணைத்ததே இந்த வெள்ளையன்தான் என்ற வரலாற்று உண்மைகளை அறிந்து அதிர்ந்தார். தன்னுடைய சிந்தனையை விரிவாக்கிக் கொண்டே சென்ற மால்கம், ஒரு புத்தகம் முடிய, அந்த நூலின் கருத்துக்களை ஒட்டிய அடுத்த புத்தகத்தை தேடிப் படித்தார்.

இப்படி வாசிப்புக்கு அடிமையானார் என்றே சொல்லலாம். சிறை அறையில் அவரை எப்போதுமே புத்தகத்தோடுதான் பார்க்க முடிந்தது. சிறைச்சாலை விதிகளின்படி இரவு 10 மணிக்கு அறை விளக்குகள் அணைக்கப்பட்டு விடும். அனைத்து கைதிகளும் கட்டாயம் தூங்க வேண்டும். வாசிப்பின் மீதான ஆர்வம் அவரைத் தூங்க விடவில்லை. அறையில் வெளிச்சம் இல்லாததால் மிகுந்த ஏமாற்றம் அடைந்த மால்கம், அறையை ஒட்டிய வராந்தாவில் ஒளிர்ந்த விளக்கின் வெளிச்சம் தன் அறைக்குள்ளும் பரவியதைக் கண்டு மகிழ்ந்தார். இது

அவருக்கு வசதியாகவும், புத்தகத்தை வாசிக்கப் போதுமான வெளிச்சமாகவும் இருந்தது. ஒவ்வொரு மணி நேரத்துக்கும் ஒரு முறை ரோந்துக் காவலர் அறை அருகே சுற்றி வருவது வழக்கம். சரியாக 58 நிமிடங்கள், வராந்தாவில் கிடைத்த வெளிச்சத்தில் வாசிக்கும் மால்கம், ரோந்துக் காவலர் சுற்றி வந்து, அறைக்கு அருகில் வரும் காலடிச் சத்தம் கேட்டவுடன், படுக்கையில் தாவிப் படுத்து தூங்குவது போல் நடித்தார். அவர் சென்றவுடன், மீண்டும் வாசிக்க ஆரம்பித்து விடுவார். இப்படியே அதிகாலை நான்கு மணி வரை படித்தார். இரவில் அதிகபட்சம் நான்கு மணி நேரம் தூங்கினால் அவருக்குப் போதுமானதாக இருந்தது. தெருவில் அடியாளாக, போதைப் பொருள் விற்பவனாக, விபச்சாரத் தரகனாக சுற்றித் திரிந்த நாட்களில் இதைவிட குறைவான நேரம்தானே அவர் தூங்கியிருக்கிறார்.

ஆதி மனிதன் என்ன நிறம் என்ற கருப்பொருள் பற்றித் தெரிந்து கொள்ள விரும்பிய மால்கம், அறிவியல் தொடர்பான நூல்களையும் விட்டு வைக்கவில்லை. கறுப்பு மனிதன் ஆதி மனிதனாக இருந்து, மரபணுக்களில் மாற்றம் ஏற்பட்டு வெள்ளை மனிதன் உருவாக முடியும். ஆனால் ஆதி மனிதன் வெள்ளையாக இருந்தால், மரபணு மாற்றத்தால் கறுப்பு மனிதன் உருவாக முடியாது என்ற அறிவியல் உண்மையை கண்டுணர்ந்த அவர், ‘கறுப்பின மேன்மை’ குறித்து அளவு கடந்த பெருமை கொண்டார். கறுப்பர்களைப் பற்றிப் பொதுப் புத்தியில் படிந்திருந்த கருத்துக்களைத் தூக்கியெறிந்து, கறுப்பர்களே உலகில் சிறந்தவர்கள் என்ற சிந்தனையை தன்னுள் ஆழமாக விதைத்துக் கொள்ள அவருக்கு விரிவான வாசிப்பு உதவியது.

கறுப்பினப் பெண்கள் கைகள் கட்டப்பட்டு, சவுக்கால் அடிக்கப்பட்டு வதைக்கப்பட்டதையும், அவர்கள் கண் முன்பே அவர்களது குழந்தைகள் பிடுங்கப்பட்டு, நிரந்தரமாகப் பிரிக்கப்பட்டதையும், தப்பியோடிய கறுப்பின அடிமைகளை நாய்களை ஏவிவிட்டு கண்டுபிடித்தது, பிடித்த பின்னர் கடுமையான தண்டனைகளைத் தந்தது என கறுப்பர்களின் துயரம் மிகுந்த வரலாற்றுப் பக்கங்களை வாசித்ததால்தான் மால்கம் என்ற ‘ஒடுக்கப்பட்டவர்களுக்கான நாயகன்’ நமக்கு கிடைத்தான். “இதுவரை மனித வரலாற்றில் நிகழ்த்தப்பட்ட மிக மோசமான பெரிய குற்றமென்று ஒன்றைச் சொல்ல

வேண்டும் என்றால், அது, கறுப்பர்களைக் கடத்தி வந்து வெள்ளையர்கள் வியாபாரம் செய்ததாகத்தான் இருக்க முடியும்." என வெள்ளைத் தோல் போர்த்திய வரலாற்றுக் கிரிமினல்களை நமக்கு அடையாளம் காட்டினார் மால்கம்.

ஒரு கறுப்பனாக, என்னுடைய மூதாதையர்கள் அனுபவித்த துயரத்தினால் நான் அடைந்த அதிர்ச்சியில் இருந்து எப்போதுமே என்னால் வெளியே வரமுடியாது.

என துக்கத்தை வெளிப்படுத்திய மால்கம், கறுப்பு அடிமைகளை வெள்ளையர்கள் எப்படி எப்படியெல்லாம் சித்ரவதை செய்தார்கள் என்பதைப் பற்றி வாசித்த பின்புதான், சமரசம் செய்து கொள்ளாத போராளியாக மாறினார் என உறுதியாகச் சொல்லலாம்.

சிறைக் குடியிருப்பு நூலகத்தில் இருந்த பெரும்பாலான புத்தகங்களை வாசித்து தீர்த்ததால், அவரின் அறிவு விசாலமானது. கிரிமினலாக சிறைக்குள் வந்த 'கைதி' மால்கம், விரிவான வாசிப்பினூடாக வாதத்தால் வெல்ல முடியாத 'அறிவாளி'யாக தன்னை தகவமைத்துக் கொண்டார்.

பத்து காவலர்களும் ஒரு மேற்பார்வையாளரும் சேர்ந்து என்னையும் புத்தகத்தையும் பிரிக்க முனைந்திருந்தால் கூட, அது முடியாமல்தான் போயிருக்கும். ஒரு பல்கலைக்கழக மாணவன் கூட இவ்வளவு புத்தகங்களைப் படித்திருக்க மாட்டான்.

என மால்கமே பெருமிதத்தோடு சொல்லுமளவுக்கு அவர் வாசிப்பை சுவாசமாக்கிக் கொண்டார்.

27 வயதில் (ஆகஸ்ட் 7, 1952) சிறையிலிருந்து விடுதலையான மால்கம் லிட்டில் நேசன் ஆஃப் இஸ்லாம் அமைப்பின் வழிகாட்டுதலின்படி தன்னுடைய பெயரை மால்கம் X என மாற்றிக் கொள்கிறார். தீவிர செயற்பாட்டாளராக மாறும் மால்கம் X, அமெரிக்க கறுப்பர்கள் மத்தியில் இஸ்லாமிய அழைப்புப் பணியை விரைவுபடுத்துகிறார். 1952 வாக்கில், நேசன் ஆஃப் இஸ்லாம் அமைப்பில் வெறும் நூற்றுக்கணக்கான உறுப்பினர்களே இருந்தனர். அதுவும்

வயதான கறுப்பர்கள்தான். அந்த அமைப்புக்கென நான்கு பள்ளிவாசல்களே செயல்பாட்டிலும் பத்து பள்ளிவாசல்கள் பெயரளவுக்கும்தான் இருந்தன.

மால்கம் X தன்னுடைய பேச்சாற்றலால், இளைஞர்களைக் கவர்ந்திழுத்து, இயக்கத்தின் வளர்ச்சியை துரிதப்படுத்துகிறார். அனல் தெறிக்கும் அர்த்தப்பூர்வமான உரைவீச்சுக்களால், தானே ஓர் இயக்கமாக மாறி, கறுப்பர்களின் போர்க்குரலை அமெரிக்க அரங்கில் ஒலிக்கச் செய்கிறார். நான்கே ஆண்டுகளில் 22 மாகாணங்களில் ஐம்பது பள்ளிவாசல்களை உருவாக்கி ஆற்றல்மிக்க தலைவராக உருவெடுத்தார். தான் முன்வைக்கும் குற்றச்சாட்டுகளுக்கு, அந்நாட்டின் அதிபர் கென்னடியே பதில் அளிக்கும் அளவுக்கு அரசியலிலும் கோலோச்சி, கறுப்பர்களின் ஒட்டுமொத்த குரலாக மாறுகிறார் மால்கம் X.

ஓய்வு ஒழிச்சலற்ற இயக்கப் பணிகளுக்கு மத்தியிலும் தனது வாசிப்பு பழக்கத்தை அவர் கைவிடவில்லை. நியூயார்க் பெருநகரில், அமெரிக்காவிலேயே கறுப்பர்கள் அடர்த்தியாக வசிக்கும் பகுதியான ஹார்லெம் நகரின் அடையாளமாக ஒரு புத்தகக் கடை இருந்தது. அந்தக் கடைக்கு செல்வதுதான் மால்கமின் ஒரே ஆசுவாசம்.

வெள்ளை ஆதிக்கத்துக்கு எதிரான சிந்தனைகளின் உற்பத்திக்கூடம்; ஏகாதிபத்தியத்துக்கு எதிரான கருத்தியல் ஆயுதங்களின் பாசறை; ஆஃப்ரிக்கவாத சித்தாந்தத்தை பட்டை தீட்டும் பட்டறை... இப்படித்தான் இந்தப் புத்தகக் கடையை அமெரிக்கர்கள் அடையாளம் கண்டனர். கறுப்பர்களுக்காக, கறுப்பர்களால் எழுதப்பட்ட புத்தகங்களை பெருமளவில் கொண்ட, முதன்முறையாக கறுப்பர் ஒருவரால் நடத்தப்படும் இந்தப் புத்தகக் கடையின் பெயர்ப் பலகையில், *"The House of Common Sense and The Home of Proper Propaganda"* என்று எழுதப்பட்டிருக்கும். இந்தக் கடையின் முன்பு, கறுப்பின மக்களின் உரிமைகளுக்கான போராட்டங்களும் பொதுக்கூட்டங்களும் நடப்பது வழக்கம். அப்படி நடைபெற்ற ஏராளமான கூட்டங்களில் மால்கமும் உரையாற்றி இருக்கிறார்.

National Memorial African Bookstore என்ற இந்தப் புத்தகக் கடையின் உரிமையாளர் லூயிஸ் மிஷாவ் *(Lewis Michaux)*,

மால்கமுக்கு ஆத்மார்த்த நண்பராக இருந்தார். தன்னை இறை மறுப்பாளராக அறிவித்துக் கொண்டாலும், ஓரிறையில் நம்பிக்கை கொண்ட கறுப்பினப் போராளி மால்கம் X உடன் அதிதீவிர நட்பு பாராட்டினார் மிஷாவ். 'மனிதப் புத்தகமாக' வாழ்ந்த இந்தக் கடையின் உரிமையாளர் லூயிஸ் மிஷாவ்வும் 'வாசிப்பு ஒருவனின் வாழ்க்கையையே மாற்றி விடும்' என்பதில் நம்பிக்கை கொண்டவரும் அதற்கு தானே சிறந்த உதாரணமாக இருந்தவருமான மால்கமும் மிஷாவ்வும் நெருங்கிய நண்பர்களாக இருந்ததில் வியப்பேதும் இல்லை. ஆரம்பக் கல்வியைக் கூட தாண்டாத மிஷாவ்வை, 'பேராசிரியர்' என்றே அமெரிக்கர்கள் அழைத்தனர்.

புத்தகம் என்ற ஆயுதத்தின் பலத்தை அறிந்த லூயிஸ் மிஷாவ், வெறுமனே வருவாய் ஈட்டித்தரும் ஓர் அங்காடியாக அல்லாமல், அறிவாயுதத்தை கூர் தீட்டும் பட்டறையாக தன்னுடைய புத்தகக் கடையை அடையாளப்படுத்தினார். புத்தகங்களை விற்பதோடு நிறுத்திக் கொள்ளாமல், பணம் கொடுத்து புத்தகங்களை வாங்க முடியாதவர்களின் வாசிப்பு ஆர்வத்தை தீர்க்க, கடையின் உள்ளேயே புத்தகங்களை இலவசமாக வாசித்துக் கொள்ள அனுமதி வழங்கி, அமர்ந்து வாசிக்கும் வகையில் நூலகம் போன்ற ஏற்பாட்டையும் செய்திருந்தார் லூயிஸ் மிஷாவ். தன்னுடைய 'அறிவகத்தை' மால்கம் X பயன்படுத்திக் கொள்ளும் வகையில், கடையின் உள்ளே அவரை வைத்து வெளியே பூட்டிவிட்டு சென்று விடுவார் லூயிஸ் மிஷாவ். சிறையில் இரவு முழுவதும் ஒற்றை விளக்கின் வெளிச்சத்தில், சிறைக் காவலர்களை ஏமாற்றிவிட்டு தூங்காமல் புத்தகம் வாசித்த மால்கம், புத்தகக் குவியலின் மடியில் அறிவமுதம் அருந்தியிருக்கிறார் பல இரவுகளில் பூட்டிய இந்த புத்தகக் கடையின் உள்ளே.

லூயிஸ் மிஷாவ்வின் கடை முகவரிக்கு மால்கமுக்கு கடிதங்கள் வந்தன. மால்கமை தொடர்பு கொள்ள வேண்டுமென்றால், மிஷாவ்வின் கடை தொலைபேசிக்கு தொடர்பு கொள்ளலாம் என்ற அளவிற்கு தன்னுடைய இன்னொரு இருப்பிடம் போல மிஷாவ்வின் புத்தகக் கடையை ஆக்கிக் கொண்டார் மால்கம்.

“எனக்கு தெரிந்த ஒரு Lord இருக்கிறார், அவர் Landlord” என சிரித்துக் கொண்டே கடவுள் மறுப்பை முன் வைக்கும் லூயிஸ் மிஷாவ், இயேசு கிறிஸ்து ஒரு கறுப்பர்தான் என்பதில் உறுதியான நம்பிக்கை கொண்டிருந்தார். அவருடைய அண்ணன் சாலமன் மிஷாவ், தம்பியின் சிந்தனைகளுக்கும் நம்பிக்கைகளுக்கும் நேர் எதிரானவர். தம்பி மிஷாவ் நாத்திகர் என்றால், அண்ணன் மிஷாவ் தீவிரமான கிறிஸ்தவ மதபோதகர். லூயிஸ் மிஷாவ்வின் புத்தகக் கடையில் கற்ற படைக்கலன்களோடு, சாலமன் மிஷாவ் போதகராக இருந்த தேவாலயத்திலேயே, மால்கம் X இஸ்லாமிய பிரச்சாரம் மேற்கொண்டார் என்பது நகைமுரணும் வரலாற்று சுவாரஸ்யமும்தானே.

தன்னுடைய கொள்கை சார்ந்து வாசிப்பது மட்டுமல்ல, அதற்கு வலு சேர்க்கும் ஆதாரங்களைத் தேடித் தேடி படிப்பது மட்டுமல்ல, எதிரிகளைப் பற்றி அறிந்து கொள்வதிலும் ஆர்வம் காட்டினார் மால்கம் X. மிச்சிகன் மாகாணம் டெட்ராய்ட் நகரில், 1963 ஆம் ஆண்டு நவம்பர் 9 மற்றும் 10 ஆம் தேதிகளில் நடைபெற்ற நீக்ரோ இளம் தலைவர்களுக்கான (Northern Negro Grassroots Leadership) இரண்டு நாள் கருத்தரங்கின் இறுதியில் பிரம்மாண்ட பொதுக்கூட்டத்திற்கு ஏற்பாடு செய்யப்பட்டிருந்தது. உரையாற்றுவதற்கு முன்பு மேடையில் அமர்ந்திருந்த மால்கம், வெள்ளை இனவாத அமைப்பொன்றின் பத்திரிகையை கையில் வைத்து வாசித்துக் கொண்டிருந்தார். அந்தக் கூட்டத்தில் உரையாற்றவிருந்த மற்றொரு பேச்சாளர் அருட்திரு கிளீஜ் அவர்கள் இதைப் பற்றி மால்கமிடமே கேட்டு விட்டார்.

> *எதிரிகள் எங்கள் இயக்கத்தைப் பற்றி என்ன எண்ணுகிறார்கள் என்பதை நான் தெரிந்து வைத்துக் கொள்ள வேண்டும் அல்லவா...?*

எனக்கூற, மால்கமின் பதிலால் மிரட்சியடைந்தார் கிளீஜ்.

முறையான வகுப்பறைக் கல்வியின் மூலம் கிடைக்காத அறிவை, வாசிப்பின் வழியாக தேடித் தேடிக் கற்ற மால்கம், பல்கலைக்கழகங்களில் படித்து பட்டம் பெற்ற பேராசிரியப் பெருமக்களையெல்லாம் தன்னுடைய பேச்சாற்றலால் திணறடித்தார். வெறுமனே வாய்ச் சொல் கொண்டு மட்டுமல்ல,

நுட்பமான, மறுப்பேதும் சொல்ல முடியாத வாதங்களால் வெள்ளை இனவெறியர்களையும், வெள்ளை இனவெறிக்கு வக்காலத்து வாங்கும் கறுப்பர்களையும் துளைத்தெடுத்தார். சட்டம், பொருளாதாரம், அரசியல் உள்ளிட்ட சமூகத்தின் பிரதான துறைகளைக் கற்றுக் கொடுக்கும் சர்வதேச அளவில் பிரபலமான பல்கலைக்கழகங்களில் பயிலும் மாணவர்கள் மத்தியில் உரையாற்ற ஆவலோடு அழைக்கும் அளவுக்கு அமெரிக்கர்கள் மத்தியில் அறியப்பட்ட பேச்சாளராக வலம் வந்தார் மால்கம் X.

தெருப் பொறுக்கியாக திரிந்து, குற்றச் செயல்களில் ஈடுபட்டு சிறையில் தண்டனையை அனுபவித்த சேரிக் கறுப்பன் ஒருவன், நிறப் பெருமையிலும் இனவெறியிலும் ஊறித் திளைத்த வெள்ளை மாணவர்களுக்கு அரசியல் விழிப்புணர்வை வழங்கும் அளவுக்கு முக்கிய புள்ளியாக உயர்ந்ததற்கு, வாசிப்பின் வழியாக மால்கம் பெற்ற அறிவாற்றலே காரணம்.

புகழின் உச்சியில் இருந்த போதும், அனைவராலும் அறியப்பட்ட பிரபலமாக மாறிய பின்பும் வாசிக்கும் பழக்கத்தை அவர் விட்டுவிடவில்லை. மாறாக கல்வி கற்கும் ஆர்வம் இன்னும் இன்னும் அவரிடம் அதிகரிக்கவே செய்தது. தன்னைக் கொலை செய்ய நாள் குறித்து விட்டார்கள் என்பதை அறிந்த மால்கம், மரணத்தை எதிர் நோக்கி காத்திருந்தார். 39 வயதுதான், ஆனாலும் இந்த நொடியோ, அடுத்த கணமோ மரணத்தைத் தழுவ தயாராகவே இருந்தார்.

எப்படியிருந்தாலும், மரணம் என்னை நெருங்கிவிட்டது. ஒவ்வொரு நாள் காலையிலும் நான் கண் விழிக்கும் போது கடன் வாங்கிய நாளாகத்தான் அந்த நாளைப் பார்க்கிறேன். மரணம் பற்றிய சிந்தனை மற்றவர்களை அலைக்கழிப்பது போல என்னை அலைக்கழிக்கவில்லை. முதுமையடைந்து மரணமடைவேன் என நான் எதிர்பார்த்ததே இல்லை. தெருவில் ரவுடியாக சுற்றிக் கொண்டிருந்த போதும் சிறையிலிருந்த போதும் கொடூரமான முறையில்தான் எனக்கு மரணம் நிகழும் என்ற நினைப்பே எனக்கு இருந்தது. என்னுடைய குடும்பத்திலும் இதுதான் நிகழ்ந்தது. என் தந்தையும் அவரின் சகோதரர்களில் பெரும்பாலானோரும்

கொடூரமான முறையிலேயே கொல்லப்பட்டார்கள். தான் கொண்ட கொள்கைக்காக என் தந்தை கொல்லப்பட்டார். எனக்கும் அப்படித்தான் நிகழும்... நான் நம்பிக்கை கொண்ட கருத்துக்களுக்காக என் வாழ்க்கைப் பயணத்தை அமைத்துக்கொண்டது, உணர்வுப்பூர்வமாகவும், முழுமையான அர்ப்பணிப்போடும் அந்தப் பயணத்தைத் தொடர்ந்தது - இவற்றையெல்லாம் வைத்துப் பார்க்கும் போது, எல்லோரையும் போல நான் முதுமையடைந்து மரணமடையமாட்டேன்.

புத்தகக் கடைக்காரர் லூயிஸ் மிஷாவ் உடன் மால்கம் X

என அவர் உறுதியாக தெரிவித்தார். அவர் எதிர்பார்த்ததைப் போலவே சுட்டுக் கொல்லப்பட்டார்.

கொலைகாரர்கள் அச்சுறுத்திக் கொண்டிருந்த இறுதி நாட்களிலும்கூட, இடை நிறுத்திய வகுப்பிலிருந்தே தன்னுடைய பள்ளிக் கல்வியைத் தொடர ஆர்வமாக இருப்பதாகவும் ஏதாவதொரு பள்ளியில் சேர்ந்து ஒன்பதாம் வகுப்பில் இருந்து படிக்க தனக்கு தயக்கம் எதுவும் இல்லை என்றும் அவர் குறிப்பிட்டார்.

> *"என் ஆர்வத்தைத் திருப்திப்படுத்தும் வகையில், வாழ்நாள் முழுவதையும் வாசிப்பதில் செலவிடவே விரும்புகிறேன். ஏனென்றால் எனக்கு ஆர்வமில்லாத ஒன்று என எந்தத் துறையும் கிடையாது."*

என அவர் குறிப்பிட்டார். அதாவது எதையும் கற்றுக் கொள்வதற்கு அவர் தயங்கியதில்லை என்பதோடு, வாசிப்பின் வழியாக அறியாமையை போக்கிக் கொள்வதற்கு எப்போதும் அவர் தயாராகவே இருந்தார்.

கறுப்பர்கள் ஒடுக்கப்பட்டதை, வெறும் நிறப் பிரச்சினையாக மட்டும் பார்த்து வந்த நிலையில், வரலாற்று ஒளியில் அதற்கு அரசியல், பொருளாதார காரணம் கற்பித்து, குடியுரிமைப் போராட்டத்தை மனித உரிமைப் போராட்டமாக மடைமாற்றியவர் மால்கம். அமெரிக்க உள்நாட்டளவில் கறுப்பினக் குழுக்கள் மேற்கொண்ட குடியுரிமைப் போராட்டத்தை, ஆஃப்ரிக்க நாடுகளின் கவனத்திற்கு கொண்டு சென்று கறுப்பர்களின் மனித உரிமைப் பிரச்சினையாக அதனை மாற்றி, சர்வதேச ஆதரவைப் பெற்றுத் தந்தவர் மால்கம்.

இவ்வளவையும் சாதிக்க, உயிரையும் விலையாகக் கொடுக்க அவர் முன்வந்தார். அதற்கு அவரைத் தயார்படுத்தியது கல்வி என்ற ஆயுதம்தான். கல்வி என்றவுடன் நம் கண்ணெதிரில் வந்து நிற்கும் பாடப் புத்தகக் கல்வி அல்ல. வாசிப்பு என்ற படைக்கலன்தான். வாசிப்புதான் மால்கம் எப்போதும் விரும்பிய போராட்ட ஆயுதம்.

⊙

2

ஒடுக்கப்பட்டவர்களின் பின்னால்...

கொடுங்கோன்மை, ஒடுக்குமுறையை கட்டவிழ்த்து விடுபவர்களின் அதிகாரத்தை விட சுதந்திரத்தைப் பாதுகாப்பதற்காக எழும் சக்தி அளப்பரியது.

ஏனெனில் அந்தச் சக்தி உண்மையான சக்தி, நமது நம்பிக்கையிலிருந்து பிறக்கும் அந்தச் சக்தி, செயலை, சமரசமற்ற செயலை உருவாக்கும்.

- மால்கம் X

மால்கம் X என்ற பெயரைக் கேட்டதும், 'ஒடுக்கப்படுபவர்களின் நம்பிக்கை நட்சத்திரம்' என்ற சித்திரம்தான் நம் நினைவுக்கு வரும். அமெரிக்க கறுப்பர்களுக்காக மட்டும், அவர்களின் விடுதலைக்காகவும், சுயமரியாதைக்காகவும், சமத்துவத்துக்காகவும் மட்டும் அவர் போராடவில்லை. உலகின் எந்த மூலையிலும் பாதிக்கப்படுபவர்களின் - ஒடுக்கப்படுபவர்களின் குரலாக அவர் ஒலித்தார். போலி தேசிய உணர்வு காரணமாக, தாய்நாட்டால் பாதிக்கப்பட்டவர்களைப் பற்றி வாய் திறக்க அஞ்சிய அமெரிக்க தலைவர்களைப் போலல்லாமல், 'நான் அமெரிக்கன் அல்லன்' என வெளிப்படையாக அறிவித்தவர் மால்கம் X.

வெள்ளை இனவெறி எங்கும் வியாபித்திருக்கும் ஒரு தேசத்தால்தான், கறுப்பினம் அல்லலுறுகிறது என்பதாலேயே, அமெரிக்க தேசத்தின் மீதும், அந்நாட்டின் பெரும்பான்மை மக்களான வெள்ளையர்கள் மீதும் தீராக் கோபத்தில் இருந்தார் மால்கம் X. அதனால், அமெரிக்காவால் பாதிக்கப்பட்ட எந்த தேசத்து மக்களுக்காகவும் குரல் கொடுத்ததில் வியப்பில்லைதான். ஆனால் அப்படி ஆதரவு அளித்தது, வெறுமனே அமெரிக்க வெறுப்பைத் தீர்த்துக் கொள்வதற்காக மட்டுமல்ல. மாறாக

பாதிக்கப்பட்டவர்களின், ஒடுக்கப்பட்டவர்களின் பின்னால் நிற்கவே அவர் எப்போதும் விரும்பினார்.

அமெரிக்க கறுப்பர்கள் மத்தியில் இனவெறிக்கு எதிராக இயக்கம் கண்ட மால்கம் X, அந்தக் கறுப்பர்கள் கிறிஸ்தவர்கள் என்பதால், மதத்தோடு இணைத்து அடக்குமுறையையும் அடக்குபவர்களையும் அடையாளம் காட்டினார்.

> *இயேசு இன்று அமெரிக்காவில் இருந்திருந்தால், அவர் வெள்ளையர்களோடு சென்றிருக்க மாட்டார். வெள்ளையன் ஒடுக்குபவன். அவன் மற்றவர்களை ஒடுக்குகிறான். பணிந்து போகக்கூடியவர்களோடு இயேசு சென்றிருப்பார். கீழான நிலையில் இருப்பவர்களோடு இயேசு சென்றிருப்பார். மறுக்கப்பட்டவர்களோடு, விரும்பத்தகாத நிலையில் நடத்தப்படுபவர்களோடு இயேசு சென்றிருப்பார். நீக்ரோக்கள் என்றழைக்கப்படுபவர்களோடு இயேசு சென்றிருப்பார்.*

அமெரிக்காவில் வெள்ளையர்களும் கறுப்பர்களும் கிறிஸ்தவ மதத்தைத்தான் பின்பற்றினர், வெள்ளையர்கள் வணங்கும் இயேசுவைத்தான் கறுப்பர்களும் வணங்கி வந்தனர். இருப்பினும் கறுப்பர்களை இறைவனின் சக படைப்பினமாக கருதாமல், அடிமைகளாக ஒடுக்கியதால் தன்னுடைய வாதத்துக்கு வலு சேர்க்க இயேசுவையே துணைக்கழைத்தார் மால்கம்.

அடிமைத்தனத்துக்கு சாமரம் வீசும் கிறிஸ்தவ மதத்தை எள்ளி நகைத்ததால், மால்கமை கடவுள் மறுப்பாளராகக் கருதி, 'கம்யூனிச கைக்கூலி' என முத்திரை குத்தினர். முதலாளித்துவ அமைப்பை பேணிப் பாதுகாத்து வரும் அமெரிக்காவில் 'சிவப்பு வண்ண' சாயல் தெரிந்தாலே போதும், அரசே உயிருக்கு உலை வைத்து விடும். அந்தப் பயம் காரணமாகவே, முற்போக்கு சிந்தனை கொண்ட அமெரிக்கர்கள்கூட, சோசலிசம் பற்றி மூச்சுவிட மாட்டார்கள். இதைப் பற்றியெல்லாம் கவலைப்படாத மால்கம், சர்வதேச அளவில் அமெரிக்காவுக்கு எதிரான நிலைப்பாட்டையும், அமெரிக்காவால் பாதிக்கப்பட்ட மூன்றாம் உலக நாடுகளைச் சேர்ந்த மக்களின் பக்கமும் காத்திரமாக நின்றார்.

இரண்டாம் உலகப் போரின் போது (ஆகஸ்ட் 6-9, 1945), ஜப்பானின் ஹிரோஷிமா - நாகசாகி நகரங்களின் மீது, அமெரிக்கா அணுகுண்டு வீசி தாக்கியதில் லட்சக் கணக்கானோர் உயிரிழந்தனர். லட்சக் கணக்கானோர் கடும் உடல் உபாதைகளால் பாதிக்கப்பட்டனர். அப்படி தப்பிப் பிழைத்தவர்கள் 'ஹிபாகுஷா' என்றழைக்கப்பட்டனர்.

'ஹிபாகுஷா' எழுத்தாளர்கள் மூன்று பேர், 'ஹிரோஷிமா - நாகசாகி உலக அமைதி ஆய்வு மையம்' சார்பில், அணு ஆயுதப் பரவலுக்கு எதிரான பிரச்சாரத்தை பல்வேறு நாடுகளிலும் மேற்கொண்டு வந்தனர். அந்தப் பயணத்தின் ஒரு பகுதியாக 1964 ஆம் ஆண்டு ஜூன் 6 ஆம் தேதி, அமெரிக்காவில் கறுப்பர்கள் அடர்த்தியாக வாழும் பகுதியான ஹார்லெம் நகருக்கு வருகை தந்தனர். பிற, அமெரிக்க கறுப்பின தலைவர்களைச் சந்திப்பதைவிட மால்கமைச் சந்திப்பதில்தான் அவர்கள் ஆர்வம் காட்டினர். அமெரிக்க உளவு நிறுவனங்களைப் பொறுத்தவரை, அமெரிக்காவுக்கு எதிரான பிரச்சாரத்தை மேற்கொண்டு வரும் இந்த மூன்று எழுத்தாளர்களும் அபாயமானவர்கள், அவர்களைச் சந்திப்பது என்பது தேச விரோத செயல் போலத்தான்.

ஹார்லெம் நகரில் ஜப்பானியர்கள் அதிகம் வசிக்கும் குடியிருப்பில் இருந்த அந்த மூன்று எழுத்தாளர்களையும் நேரில் சந்தித்து, ஒடுக்கப்பட்டவர்களுடனான தன்னுடைய பிணைப்பையும் சிநேக மனோபாவத்தையும் வெளிப்படுத்தினார் மால்கம். அந்தக் குடியிருப்பில் கூடியிருந்த ஆசிய, அமெரிக்கர்கள் மத்தியில் பேசிய அவர்,

> முதலில் உங்களுக்கு நன்றி தெரிவித்துக் கொள்கிறேன். காலையிலேயே ஹார்லெம் நகரின் வீதிகளில் வலம் வந்து, கறுப்பின மாணவர்கள் மட்டும் பயிலும் பள்ளிக்கூடங்கள், கறுப்பர்களுக்கான தனி தேவாலயங்கள் என கறுப்பர்களின் வாழ்நிலையை அறிந்ததற்கு நன்றி. அணுகுண்டு வீச்சின் வடுக்களால் நீங்கள் பாதிக்கப்பட்டிருக்கிறீர்கள். நாங்களும் பாதிக்கப்பட்ட வடுக்களோடு வாழ்ந்து வருவதை சற்று நேரத்திற்கு முன்பு நீங்கள் நேரடியாகவே பார்த்திருப்பீர்கள். எங்களைத் தாக்கிய வெடிகுண்டு இனவெறிதான்...

பாதிப்பின் தன்மை வெவ்வேறாக இருந்தாலும், ஆதிக்கவாதிகளால் இரு தரப்புமே பாதிக்கப்பட்டவர்கள்தான் என ஒற்றுமை சிநேகத்தை வெளிப்படுத்திய மால்கம்,

ஆஃப்ரிக்காவைப் போலவே, ஆசிய கண்டத்தின் அனைத்து நாடுகளும் காலனியாக்கப்பட்டன. ஜப்பானைத் தவிர. ஏனென்றால் மற்ற நாடுகளில் இருந்ததைப் போல, இயற்கை வளம் ஜப்பானில் கிடையாது. கொள்ளையடிக்க எந்த வளமும் இல்லாததால், ஐரோப்பிய காலனித்துவ சக்திகளின் ஆதிக்க கரங்கள் ஜப்பானைத் தீண்டவில்லை. காலனியாதிக்கத்தின் கீழ் ஜப்பான் வராததால், இரண்டாம் உலகப் போரில் தோல்வியடையும் வரை ஜப்பானால் தாக்குப் பிடிக்க முடிந்தது. ஆனால், இப்போது அமெரிக்காவின் அதிமுக்கியத்துவம் வாய்ந்த ராணுவ தளம் ஜப்பானின் ஒகினாவா நகரில் உள்ளது.

என அமெரிக்காவுடனான ஜப்பானின் ஆபத்தான உறவு குறித்த தன்னுடைய கவலையைப் பகிர்ந்து கொண்டதோடு, அமெரிக்காவுக்கு வால்பிடிக்கும் ஜப்பானின் கயமைத்தனத்தை கண்டிக்கவும் அவர் தயங்கவில்லை.

ooo

கியூபா தேசத்தோடும் தன்னுடைய நெருக்கத்தை வெளிப்படுத்த மால்கம் தயங்கியதில்லை. கியூப விவகாரத்தில், ஆப்பசைத்த குரங்கின் நிலைமையை ஒத்திருந்தது அப்போது அமெரிக்க ஏகாதிபத்தியத்தின் நிலைமை. கியூபாவில் ஆட்சியைப் பிடித்து தொங்கிக் கொண்டிருந்தவர்களை புரட்சியின் வழியாக விரட்டியடித்து, அதிகாரத்தில் அமர்ந்த ஃபிடல் காஸ்ட்ரோ, தனியார் நிறுவனங்களை அரசின் பொதுத்துறை நிறுவனங்களாக தேசிய மயப்படுத்தினார். இதில் பெரும்பாலானவை அமெரிக்கர்களுக்குச் சொந்தமானது. உடனே கியூபா மீது பொருளாதார தடையை விதித்தது ஐசனோவர் தலைமையிலான அமெரிக்க அரசு.

கியூபாவை 'உலகின் எதிரி'யாக அமெரிக்கா சித்தரித்துக் கொண்டிருந்த காலக்கட்டம் அது. ஐநா அவைக் கூட்டத்தில் கலந்து கொள்வதற்காக அமெரிக்கா வந்திருந்த கியூப அதிபர் ஃபிடல் காஸ்ட்ரோவை பழிதீர்க்க தன்னுடைய படைகளை

ஏவிவிட்டது அமெரிக்க அரசு. படை என்றவுடன் ராணுவ வீரர்கள் என எண்ண வேண்டாம். ஊடகங்கள்தான் அந்தப் படை. ஃபிடல் மற்றும் அவரது குழுவினர் காட்டுமிராண்டிகளைப் போல நடந்து கொள்கிறார்கள் என அவர்கள் தங்கியிருந்த ஹோட்டல் நிர்வாகம் குற்றம்சாட்டுவதாக பத்திரிகைகள் செய்தி வெளியிட்டன. விடுதி உடைமைகளைச் சேதப்படுத்துவதால் கூடுதலாக வைப்புத் தொகை கட்ட வேண்டும் என கியூப அதிபர் குழுவினர் தங்கியிருந்த ஷென்பர்ன் ஹோட்டல் நிர்வாகம் நெருக்கடி தந்தது. நியூயார்க்கின் மன்ஹாட்டன் பகுதியில் இருந்த பிரபலமான ஹோட்டல் அது. ஃபிடலுக்கு எதிராக ஊடகங்களை மிகவும் கேவலமான முறையில் பயன்படுத்தியது அமெரிக்க அரசு.

அமெரிக்காவின் குள்ள நரித்தனத்தையும் குயுக்தியையும் புரிந்து கொண்ட ஃபிடல் பதிலடி கொடுக்க இறங்கினார். அமெரிக்காவை விட்டு வெளியேற மறைமுகமாக மிரட்டுவதை உணர்ந்த அவர், எதிரியின் அதே ஆயுதங்களையே கையிலெடுத்தார். ஷென்பர்ன் ஹோட்டலில் இருந்து வெளியேறி, சென்ட்ரல் பூங்காவிலோ அல்லது ஐநா சபை அலுவலக கட்டிட வளாக புல்தரையிலோ குடில் அமைத்து தங்கப் போவதாக மிரட்டினார். இதை சற்றும் எதிர்பார்க்காத அமெரிக்க ஊடகங்கள், ஃபிடலின் ஆயுதத்தை எதிர்கொள்ள முடியாமல் திணறின. ஒரு வெளிநாட்டு அதிபரை அவமானப்படுத்திவிட்டதாக சர்வதேச நாடுகள் மத்தியில் தாய்நாட்டுக்கு தலைகுணிவு ஏற்பட்டு விடுமே என அஞ்சின.

இதனிடையே, அமெரிக்காவில் உள்ள முற்போக்காளர்கள், 'கியூபா நல்லெண்ண கமிட்டி' என்ற அமைப்பின் மூலம் ஃபிடல் காஸ்ட்ரோ வருகையைக் கொண்டாடின. இந்தக் கமிட்டியில் மால்கமும் அங்கம் வகித்தார். ஃபிடல் காஸ்ட்ரோவுக்கு ஏற்பட்ட சிக்கலுக்கு தீர்வு காண இந்தக் கமிட்டி ஆலோசனை செய்தது. ஃபிடல் காஸ்ட்ரோ குழுவினரை ஹார்லெம் பகுதியில் உள்ள தெரசா ஹோட்டலில் தங்கவைக்க மால்கம் முன் வந்தார். மால்கமின் ஆலோசனையைக் கேட்ட கமிட்டி உறுப்பினர்கள் அதிர்ச்சி அடைந்தனர். இதுவரை வெளிநாட்டு விருந்தினர்கள் அதுவும் அரசு விருந்தினர்கள் யாரும், கறுப்பர்கள் வசிக்கும் சேரிக்கு அருகில் உள்ள, தெரசா ஹோட்டலில் தங்கியதில்லை. அதுமட்டுமல்ல, அமெரிக்காவில் கறுப்பர்களுக்கு ஹோட்டல்களில் தங்குவதற்கு

அனுமதி கிடையாது. அவர்களை அனுமதிக்கும் ஒன்றிரண்டு ஹோட்டல்களில் தெரசா ஹோட்டலும் ஒன்று என்பதைக் குறிப்பிட்டுச் சொல்ல வேண்டும். கறுப்பர்கள் அனுமதிக்கப்படும் ஹோட்டல் எனும்போது, மற்ற ஹோட்டல்களோடு அதன் சிறப்பம்சங்களை ஒப்பிட முடியுமா?

தற்போது ஃபிடல் காஸ்ட்ரோ தங்கியுள்ள மன்ஹாட்டன் பகுதி மிகவும் பரபரப்பான வணிக வளாகங்கள், கட்டிடங்கள் நிறைந்த பகுதியாகும். ஆனால் ஹார்லெம் பகுதியோ சேரிக்கு புகழ்பெற்ற நகரமாகும். இது ஒருபுறமிருக்க, அமெரிக்காவில் ஏற்கனவே கறுப்பர்கள் துன்ப, துயரங்களை அனுபவித்து வரும் நிலையில், உலகின் எதிரியாக காட்டப்படும் ஃபிடல் காஸ்ட்ரோவை தங்க வைத்தால், வரும் நாட்களில் இந்தப் பகுதியில் வசிக்கும் கறுப்பர்களின் நிலைமை இன்னும் மோசமாகாதா? என்ற அச்சம் குறித்தும் விவாதிக்கப்பட்டது. ஃபிடலுக்கு எதிராக ஏராளமானோர் ஆர்ப்பாட்டம் நடத்த வாய்ப்புள்ளதால், ஹார்லெம் நகரில் அவரது குழுவினர் தங்கினால் சட்டம் ஒழுங்கு பிரச்சினை ஏற்படாதா என்ற ஐயமும் எழுந்தது.

ஹார்லெம் நகரின் பாதுகாப்புக்கு தான் பொறுப்பேற்றுக் கொள்வதாக மால்கம் உறுதியளித்ததை அடுத்து, உடனடியாக ஃபிடல் காஸ்ட்ரோவும், அவரது குழுவினரும் ஹார்லெம் நகரின் தெரசா ஹோட்டலுக்கு வந்து சேர்ந்தனர். ஃபிடல் காஸ்ட்ரோ, தெரசா ஹோட்டலில் தங்கியிருக்கும் வரை, ஹார்லெம் நகருக்குள் எந்தப் பிரச்சினையும் இல்லாமல் பாதுகாப்பு அம்சங்களை கவனத்தில் கொள்ளுமாறு நேஷன் ஆஃப் இஸ்லாம் அமைப்பின் தொண்டர் படையான, Fruits Of Islam தொண்டர்களுக்கு மால்கம் அறிவுறுத்தியிருந்தார்.

அமெரிக்க வணிக உலகில் கவனிப்பாரற்று கிடந்த தெரசா ஹோட்டல், மால்கமின் அதிரடியான முடிவால், உலகின் கவனத்தை ஈர்த்தது. கியூப அதிபர் ஃபிடல் காஸ்ட்ரோவைச் சந்திக்க ரஷ்ய அதிபர் நிகிதா குருஷேவ், எகிப்து அதிபர் அப்துல் நாஸர், இந்திய பிரதமர் ஜவஹர்லால் நேரு உள்ளிட்ட தலைவர்கள் தெரசா ஹோட்டலுக்கு வந்தனர். அவமானப்பட்டு அமெரிக்காவை விட்டு ஓடிவிடுவார் என வெள்ளை மாளிகை கனவு கண்டு கொண்டிருந்த வேளையில், இரண்டாம் உலகத்

தலைவர்களை ஒன்றிணைக்கும் புயலாக கறுப்பினச் சேரியில் மையம் கொண்டு கொடுங்கனவாக மிரட்டினார் ஃபிடல். இதனைப் பொறுத்துக் கொள்ளாத அதிபர் ஐசனோவர், ஃபிடல் காஸ்ட்ரோவை அழைக்காமல், ஐநா நிகழ்ச்சிக்கு வந்திருந்த உலக தலைவர்களுக்கு விருந்து கொடுத்து, அவரைக் கேவலப்படுத்தினார். அதேநேரத்தில், தெரசா ஹோட்டல் கறுப்பின ஊழியர்களோடு விருந்துண்டு, ஐசனோவர் கூட்டத்துக்கு பதிலடி கொடுத்து உலகின் கவனத்தை தன் வசப்படுத்தினார் ஃபிடல் காஸ்ட்ரோ.

கியூப அதிபர் ஃபிடல் காஸ்ட்ரோவுக்கு பாதுகாப்பு அளித்தது மட்டுமல்லாமல், அவரை நேரில் சந்தித்து அளவளாவி அமெரிக்காவில் கறுப்பர்கள் அனுபவித்துவரும் ஒடுக்குமுறைகளை மால்கம் விவரித்தார்.

> *கியூபாவில் மட்டுமல்ல, பாகுபாடு எங்கு நிலவினாலும் அதற்கெதிராக காஸ்ட்ரோ போராடுவான். உரிமை இல்லாத இடத்தில், அந்த உரிமையைக் கேட்டு நீங்கள் போராடுகிறீர்கள். நாங்கள் மாற்றத்தைக் கொண்டு வந்திருக்கிறோம். உலகத்திலேயே சுதந்திரமான மக்களைக் கொண்ட நாடுகளின் பட்டியலில் கியூபாவும் இணைந்துள்ளது. மற்ற நாடுகளில் உள்ள ஒடுக்கப்படுவர்களைக் காட்டிலும், அமெரிக்காவில் உள்ள கறுப்பர்கள், அரசியல் முதிர்ச்சி உள்ளவர்களாக இருக்கிறார்கள்.*

என அமெரிக்கா குறித்த பார்வையை ஃபிடல் காஸ்ட்ரோ பகிர்ந்து கொண்டார். வாக்குறுதியளித்தபடியே, தெரசா ஹோட்டலில் கியூப அதிபரும் அவரது குழுவினரும் தங்கியிருந்த வரை எந்தப் பிரச்சினையும் வராமல் மால்கம் பார்த்துக் கொண்டார். உலகின் ஏதோவொரு மூலையில் பாதிக்கப்படும் சமூகத்துக்காக ஆதரவு தெரிவித்து அறிக்கை ஒன்றை வெளியிடுவதோ, ஆர்ப்பாட்டம் ஒன்றை நடத்துவதோ மிக மிக எளிது. ஆனால், அமெரிக்க மண்ணில் வைத்தே, வெள்ளை மாளிகையை பகைத்துக் கொண்டே, அமெரிக்காவால் பரம விரோதியாக அறிவிக்கப்பட்ட ஒரு தேசத்தின் அதிபருக்கு பாதுகாப்பு அளிப்பதற்கு தனி ‘கெத்து’ வேண்டும்.

 OOO

1964 ஆம் ஆண்டின் பிற்பகுதியில் ஆஃப்ரிக்க, மத்திய கிழக்கு நாடுகளுக்கு மால்கம் X விரிவான பயணம் மேற்கொண்டார். அமெரிக்க கறுப்பர்களின் இனப் பிரச்சினையை ஐநா அவையில் கிளப்ப வேண்டுமென பல்வேறு நாட்டு ஆஃப்ரிக்க தலைவர்களைச் சந்தித்து வேண்டுகோள் விடுத்தார். 18 வார கால விரிவான இந்தச் சுற்றுப் பயணத்தின் போது பாலஸ்தீன் நாட்டுக்கும் சென்று, தன்னுடைய ஆதரவுக் கரத்தை நீட்டினார் மால்கம்.

செப்டம்பர் 5 ஆம் தேதி மாலை, பாலஸ்தீனத்திற்கு சென்ற மால்கம், இஸ்ரேல் எல்லையில் காஸா பகுதியில் உள்ள அகதிகள் முகாமில், பாதிக்கப்பட்ட மக்களைச் சந்தித்து அவர்களின் குமுறல்களைக் கேட்டறிந்தார். பாலஸ்தீன் விடுதலை இயக்கத்தின் தலைவர்கள், முக்கியப் பகுதிகளுக்கு அவரை அழைத்துச் சென்றனர். இஸ்ரேலின் அநியாயமான போர் வெறிக்கு நிலத்தையும் வாழ்க்கையையும் பறிகொடுத்த துயரக் கதைகளை பாதிக்கப்பட்ட பாலஸ்தீன மக்கள் மால்கமிடம் பகிர்ந்து கொண்டனர்.

நேசன் ஆஃப் இஸ்லாம் அமைப்பின் உறுப்பினர்களுக்கு, யூதர்களும் சியோனிசமும் ஆதர்சமாக இருந்தன. யூதர்களைப் போல, கறுப்பர்களும் ஒருநாள் வீறுகொண்டெழுவோம் என எழுச்சியூட்டப்பட்டே கறுப்பு முஸ்லிம்கள் வார்த்தெடுக்கப்பட்டனர்.

எகிப்திய நண்பர்களின் தெளிவான வழிகாட்டுதலால், நேரடியாக பாலஸ்தீனத்தில் கால்பதித்து உண்மைகளை அறிந்து கொண்ட மால்கம், சியோனிசமும் ஒரு வகையான இனவெறிதான் எனப் புரிந்து கொண்டார். அங்குள்ள பள்ளிவாசலில் தொழுதுவிட்டு, காஸா நாடாளுமன்ற வளாகத்தில் பத்திரிகையாளர்களைச் சந்தித்தார். பாலஸ்தீனத்தை ஆக்கிரமித்து உருவாக்கப்பட்ட, நவீன ஏகாதிபத்தியத்தின் கள்ளக் குழந்தையான இஸ்ரேலின் தோற்றம், அதன் இருப்புக்கான காரணம், மத ரீதியாக போலியாக கட்டமைக்கப்படும் பிம்பம் ஆகியவற்றை அம்பலப்படுத்தி 'எகிப்து கெஸட்' பத்திரிகையில் 'சியோனிசவாதிகளின் தர்க்கம் (Zionist Logic)' என்ற தலைப்பில் விரிவான கட்டுரை எழுதினார். அந்தக் கட்டுரையில் அமெரிக்க - ஐரோப்பிய - சியோனிஸ கள்ள உறவை அம்பலப்படுத்தினார்.

20 ஆம் நூற்றாண்டில், புதிய ஏகாதிபத்தியவாதிகளின் நவீன ஆயுதம் 'டாலரிஸம்'. இந்த டாலரிஸ அறிவியலில் சியோனிசவாதிகள் நன்கு தேர்ச்சியடைந்துள்ளனர்: நண்பராக, உபகாரம் செய்பவராக, பரிசளிப்பவராக, பொருளாதார உதவிக் கரம் நீட்டுபவராக, தொழில்நுட்ப உதவிகளை வாரிவழங்குபவராக காட்டிக் கொள்வதில் தேர்ச்சி அடைந்துள்ளனர். இப்படி, விரைவாக, அதேசமயம் 18 ஆம் நூற்றாண்டு ஐரோப்பிய காலனியவாதிகளைப் போலன்றி, அசைக்க முடியாத சக்தியாக, செல்வாக்கு மிக்கவர்களாக - புதிதாக சுதந்திரமடைந்த பல ஆஃப்ரிக்க நாடுகளில் சியோனிஸ இஸ்ரேல் ஆதிக்கம் செலுத்தி வருகிறது. இந்த புதிய வகை சியோனிஸ காலனியாதிக்கம் தோற்றத்திலும் வழிமுறையிலும்தான் வேறுபட்டிருக்கிறதே தவிர, நோக்கத்திலும் குறிக்கோளிலும் அல்ல.

அறிவெழுச்சி பெற்றுவிட்ட ஆஃப்ரிக்க மக்களை பலவந்தப்படுத்தியும் பயமுறுத்தியும் இனிமேலும் ஆதிக்கம் செலுத்த முடியாது என்பதை 19 ஆம் நூற்றாண்டின் இறுதியில் உணர்ந்த, சூழ்ச்சி திறம் மிக்க, ஐரோப்பிய ஏகாதிபத்தியவாதிகள், புதிய வகையான ஆயுதத்தையும் அந்தப் புதிய வகை ஆயுதத்தை பயன்படுத்த உதவும் தளத்தையும் உருவாக்கினர்.

20 ஆம் நூற்றாண்டில் ஏகாதிபத்தியவாதிகளின் நம்பர் ஒன் ஆயுதம் சியோனிஸ டாலரிஸம், இந்த ஆயுதம் பயன்படுத்தப்படும் பிரதான தளங்களில் ஒன்றுதான் சியோனிஸ இஸ்ரேல். அரபு நாடுகளை துண்டாடும் வகையிலும், ஆஃப்ரிக்காவில் ஊடுருவி ஆஃப்ரிக்க தலைவர்களிடையே கருத்து வேற்றுமையை ஊன்றியும், ஆசியர்களுக்கு எதிராக ஆஃப்ரிக்கர்களை பிளவுபடுத்தும் வகையிலும், புவியியல் முக்கியத்துவம் வாய்ந்த பகுதியில் இஸ்ரேல் என்ற தேசத்தை, சூழ்ச்சி திறம் மிக்க ஐரோப்பிய காலனியவாதிகள் உருவாக்கினர்.

செப்டம்பர் 17, 1964 - எகிப்து கெஸட்

ஒடுக்கப்படுபவர்களுடன் தன்னை அடையாளப்படுத்திக் கொள்ளும் பயணத்தில், காலனியவாதிகளின் இன்னொரு

பரிமாணத்தை மால்கமுக்கு அடையாளம் காட்டியது பாலஸ்தீனம்.

○○○

மால்கம் X கொல்லப்படுவதற்கு எட்டு நாட்களுக்கு முன்பு (பிப்ரவரி 12, 1965) அவர் பிரிட்டனில் இருந்த போது, லண்டனில் வசித்து வந்த ஓர் இந்தியரிடம் இருந்து தொடர்ந்து அழைப்பு வந்து கொண்டே இருந்தது.

அமெரிக்காவில் இருப்பது போல பிரிட்டனிலும் ஒரு பர்மிங்ஹாம் நகர் உள்ளது. அந்த நகரில் அப்போது சர்ச்சைக்குள்ளான மார்ஷல் வீதியைப் பார்வையிட வருமாறு மால்கமுக்கு அழைப்பு விடுத்த அந்த இந்தியரின் பெயர் அவ்தார் சிங் ஜோஹூல். இந்திய தொழிலாளர்கள் சம்மேளனத்தின் மூத்த தலைவர்களில் ஒருவர். காலனியாதிக்க காலத்தில் இந்தியாவின் பஞ்சாப் பகுதியில் இருந்து பிரிட்டனில் வந்து குடியேறியவர்கள், இந்திய தொழிலாளர்கள் சங்கத்தை (Hindustani Mazdoor Sabha) நிறுவி, இனப்பாகுபாட்டுக்கு எதிராக தொடர்ந்து குரல் கொடுத்து வந்தனர். அமெரிக்காவின் பர்மிங்ஹாம் நகரைப் போலவே, பிரிட்டனின் பர்மிங்ஹாம் நகரிலும் வெள்ளையர்கள் அல்லாதவர்கள் மீது இனத்துவேஷம் கட்டவிழ்த்துவிடப்பட்ட காலம் அது. வெளிநாட்டிலிருந்து குடியேறிய 8 லட்சம் பேர் அப்போது பிரிட்டனில் வசித்து வந்தனர். அவர்களில் ஆஃப்ரிக்கர்களும் ஆசியர்களும் பெருமளவில் இருந்தனர். இவர்கள் பல்வேறு பகுதிகளில் வசித்து வந்தாலும், அடர்த்தியாக வசிப்பது பர்மிங்ஹாமில்தான். அதனால் அந்த நகரை 'பிரிட்டனின் ஹார்லெம்' (British Harlem) என்றே அழைத்தனர்.

பர்மிங்ஹாமின் மேற்கில் அமைந்துள்ள சிறிய தொழிற்சாலை நகரமான ஸ்மெத்விக் பகுதியில், வெளிநாட்டில் இருந்து குடியேறியவர்களில் பெரும்பாலனவர்கள் பணிபுரிந்து வந்தனர். அவர்களை பிரிட்டனிலிருந்து வெளியேற்ற வேண்டும் என்ற பரப்புரை வலுப்பெற்று, 1964 ஆம் ஆண்டு நடைபெற்ற பிரிட்டன் நாடாளுமன்றத் தேர்தலில் இந்த விவாதம் தேசமெங்கும் எதிரொலித்தது. மூன்று பொதுத் தேர்தலுக்குப் பின்பு, தொழிலாளர் கட்சி பிரிட்டனில் ஆட்சியைப் பிடித்திருந்தாலும்கூட, வெள்ளை இனவெறி தலைதூக்கிய இடங்களிலெல்லாம் கன்சர்வேடிவ் கட்சி உறுப்பினர்களே வெற்றி பெற்றிருந்தனர். 'குடியேறிகளை

வெளியேற்று' என்ற பிரதான முழக்கமே அவர்களுக்கு வெற்றியைத் தேடித் தந்தது. சொற்ப தொகுதிகளின் எண்ணிக்கை இழப்பில்தான் கன்சர்வேடிவ் கட்சி ஆட்சியை இழந்திருந்தது.

பர்மிங்ஹாம் நகர், ஸ்மெத்விக் நாடாளுமன்றத் தொகுதிக்குள் வருகிறது. ஸ்மெத்விக் தொகுதியில் கன்சர்வேடிவ் கட்சி சார்பில் போட்டியிட்ட வேட்பாளர் பீட்டர் கிரிஃப்பித்ஸ், வெள்ளை இன பழமைவாதிகளிடம் இனவெறியைத் தூண்டும் விதமாக, "உங்கள் வீடுகளுக்கு அருகில் 'கறுப்பர்' வசிக்க வேண்டுமென்றால், 'தொழிலாளர்' கட்சிக்கு வாக்களியுங்கள் *(If you want a nigger for a neighbour, vote Labour)*" என்ற வாசகங்களை தேர்தல் பிரச்சாரமாக முன்னெடுத்து அபார வெற்றி பெற்றார்.

ஸ்மெத்விக் நகரில் மார்ஷல் வீதி என பிரபலமான வீதியொன்று உள்ளது. அங்குள்ள வெள்ளையர்கள் இனவெறியின் உச்சத்துக்குச் சென்று, அந்தத் தெருவில் காலியாக உள்ள வீடுகளை கறுப்பர்களுக்கு வாடகைக்கு விட மாட்டோம் என அடாவடியில் இறங்கினர். இந்தப் பின்னணியில்தான், ஸ்மெத்விக் பகுதியில் மாற்றத்தைக் கொண்டு வர விரும்பிய, இந்திய தொழிலாளர்கள் சம்மேளனத்தின் மூத்த தலைவர் அவ்தார் சிங் ஜோஹூல், மார்ஷல் வீதியை ஒருமுறை வலம் வர மால்கமை வற்புறுத்தினார்.

பிபிசி உள்ளிட்ட சில ஊடகங்கள் பின்தொடர, மார்ஷல் வீதியை வலம் வந்த மால்கம் X, 'வெள்ளையர்களுக்கு மட்டும் விற்பனைக்கு' என பூட்டிய வீடுகளில் தொங்கவிடப்பட்டிருந்த பலகைகளையும் பார்வையிட்டு அதிர்ச்சியை வெளிப்படுத்தினார். பின்னர் பத்திரிகையாளர்களிடம் பேசிய மால்கம் X,

> அமெரிக்காவின் அலபாமா நகரில் நடத்தப்படுவதைப் போல - அதாவது யூதர்களை ஹிட்லர் நடத்தியதைப் போல, ஸ்மெத்விக் பகுதியில் உள்ள நீக்ரோக்களும் நடத்தப்படுவதாக கேள்விப்பட்டேன். வெள்ளையர் அல்லாதவர்கள் தொடர்ந்து இதேமுறையில் நடத்தப்பட்டால், இந்தப் பூமி இரத்தக் களரியை விரைவில் சந்திக்கும். ஸ்மெத்விக் பகுதியில் ஃபாசிஸ்டுகள் எரிவாயு உலைகளை அமைக்கும் வரை நான் காத்திருக்க மாட்டேன். நாங்களும் உங்களைப் போல நல்லவர்கள்தான் என நீக்ரோ சமூகம்

சொல்ல முயலும் போது, நீக்ரோ சமூகம் தவறிழைத்து விடுகிறது. ஏனெனில், வெள்ளையர்கள் சிறந்தவர்கள் என ஒப்புக் கொள்கிறீர்கள். நான் தனிப்பட்ட முறையில் இதை ஆதரிக்கவில்லை. வெள்ளையர்கள் அல்லாத சமூகம் சுயமாக தனித்து இயங்க வேண்டுமென நான் நினைக்கிறேன். சுய அடையாளத்தோடு, தன் சொந்த ஆற்றல்கள் அனைத்தையும் வளர்த்துக் கொண்டு முன்னேற வேண்டும்.

என குறிப்பிட்டு, பிரிட்டனில் இன ரீதியாக ஒதுக்கப்படும் மக்களுக்கு ஆதரவுக் கரம் நீட்டி, நம்பிக்கையை ஏற்படுத்தினார்.

○○○

இப்படி ஒடுக்கப்படுபவர்களோடு தன்னை அடையாளப்படுத்திக் கொள்ள மால்கம் என்றுமே தயங்கியதில்லை. அதனால் உருவாகும் எத்தகைய பிரச்சினைகளையும் சந்திக்க அவர் எப்போதுமே தயாராக இருந்தார். இந்த மாண்புதான் அவருடைய உயிருக்கும் உலை வைத்தது.

உள்நாட்டிலும் கறுப்பர்களின் பிரச்சினைகளை முழுமையாக அறிந்த ஒரே கறுப்பினத் தலைவராக மிளிர்ந்தார் மால்கம் X. சேரியிலிருந்து அடிபட்டு, மிதிபட்டு, குற்றவாளியாக வலம் வந்து, சிறையில் காலம் தள்ளி... இப்படி பூஜ்ஜியத்திலிருந்து மேலெழுந்து வந்ததால், சேரிக் கறுப்பர்களின் அத்தனை பிரச்சினைகளையும் நன்கு அறிந்திருந்தார் மால்கம். இதனால், சேரிக் கறுப்பர்களின் வாழ்வியலோடு அவரால் ஒன்றிப் போய் அவர்களின் மொழியிலேயே பேசுவது மால்கமுக்கு கைவந்த கலையாக இருந்தது. மால்கம் வாழ்ந்த அதே காலகட்டத்தில், கறுப்பர்களின் உரிமைகளுக்காகப் போராடிய மார்ட்டின் லூதர் கிங்கால் சேரிக் கறுப்பர்களின் மனங்களை வெல்ல முடியவில்லை; சேரிக் கறுப்பர்கள் வசித்த பகுதியில் இயக்கம் நடத்த முடியவில்லை; சேரிக் கறுப்பர்களின் பிரச்சினைகளை புரிந்து கொள்ள முடியவில்லை; சேரிக் கறுப்பர்களின் மொழியில் பேசத் தெரியவில்லை. ஒருவித மேட்டுக்குடி மனோபாவத்தில்தான் போராட்டங்களை முன்னெடுத்து வந்தார் மார்ட்டின் லூதர் கிங்.

கறுப்பர்களால், கறுப்பர்களுக்காக எழுதப்பட்ட பிரத்யேக புத்தகங்களைக் கொண்ட, அமெரிக்காவின் புகழ்பெற்ற புத்தகக்

கடைகளில் ஒன்றான, National Memorial African Bookstore புத்தகக் கடையின் உரிமையாளர் லூயிஸ் மிஷாவ் இப்படிக் குறிப்பிடுகிறார்:

> *கிங் ஒரு அற்புதமான திட்டத்தை வைத்திருக்கிறார், அவருடைய வார்த்தைகளில் அழகு இருக்கிறது. அவர் மிகவும் படித்தவர் என்பதால், அவர் எதைப் பற்றி பேசுகிறார் என்பதைக் கண்டுபிடிக்க சாமானிய மக்கள் தங்களது சட்டைப் பையில் அகராதியை எடுத்துச் செல்ல வேண்டும்.*

அலங்காரமான அடுக்குமொழியில் கிங் பேசினாரேயொழிய, அடித்தட்டு கறுப்பர்களின் பிரச்சினைகளையும் அந்தச் சேரிக் கறுப்பர்களின் மொழியையும் அறிய முற்படவில்லை என்ற குற்றச்சாட்டு கிங் மீது உண்டு. அதேபோல, மால்கம் பற்றி லூயிஸ் மிஷாவ் கருத்துகூறும் போது,

> *பயிற்சி பெற்ற நீக்ரோ, அடக்கப்பட்ட நீக்ரோவாகத்தான் இருப்பார். அறிவார்ந்த தளங்களில் பயிற்சி பெற்ற நீக்ரோ மென்மையானவராக, அடைந்த அவமானங்களை வெளியே சொல்ல முடியாத அளவுக்கு அடக்கமானவராக இருப்பார். மால்கம், யேல் (Yale) பல்கலைக் கழகத்திலிருந்து வரவில்லை, ஜெயிலிலிருந்து (Jail) வந்திருக்கிறார். அடங்கிப் போகும் அளவுக்கு அவர் கல்வி பெறாதது அதிர்ஷ்டம்தான். கறுப்பர்களோடு கறுப்பர்களாக இருக்கும் மால்கம், திறமையான பேச்சாற்றல் மூலம் கறுப்பர்களின் பிரச்சினைகளை எளிமையாக விளக்குகிறார்.*

என்று புகழாரம் சூட்டுகிறார்.

இப்படி தன்னுடைய சொந்த சமூகத்தின் அடித்தட்டு மக்களோடு நெருக்கமாக இருந்ததால்தான், எந்தக் கட்டத்திலும் அவர்களை முழுமையாக மால்கமால் நம்ப முடிந்தது. 'விலை போகாத தலைவர்' என அவர்களும் மால்கம் மீது முழுமையாக நம்பிக்கை வைத்தனர். நேஷன் ஆஃப் இஸ்லாம் அமைப்பிலிருந்து மால்கம் வெளியேற்றப்பட்ட பின், முஸ்லிம்களுக்காக 'முஸ்லிம் பள்ளிவாசல் கூட்டமைப்பு (Muslim Mosque Inc. MMI)' என்ற இயக்கத்தையும், முஸ்லிமல்லாத ஒட்டுமொத்த கறுப்பர்களுக்காக 'ஆஃப்ரிக்க - அமெரிக்கர் ஒற்றுமைச் சங்கம்

(Organization of Afro American Unity - OAAU)' என்ற மதச்சார்பற்ற இயக்கத்தையும் தோற்றுவித்தார். மால்கமின் 18 வார கால நீண்ட வெளிநாட்டு பயணம் காரணமாக இரண்டு இயக்கத்தினரிடையேயும் சற்று தொய்வு ஏற்படுகிறது. அமெரிக்காவில் உள்ள தொண்டர்களுக்கு இது தொடர்பாக தன்னுடைய நிலையை தெளிவுபடுத்தி எகிப்தில் இருக்கும் போது, கடிதம் எழுதிய மால்கம்,

> *உங்களிடமிருந்து தொடர்ந்து கடிதம் வருவதை அறிந்து நான் மகிழ்ச்சி அடைகிறேன். அதில் சில கடிதங்களில் உங்களிடையே மிகுந்த அதிருப்தியும் ஒற்றுமையின்மையும் இருப்பது தெரிகிறது. சிலருடைய கடிதங்களில் என்னுடைய பயணம் குறித்தேகூட அதிருப்தி இருப்பதை உணர்கிறேன்.*

என குறிப்பிட்டு விட்டு, தொண்டர்களுடைய கடிதங்களின் உள்ளடக்கத்தை மிகச் சரியாக எடை போட்டார்.

> *உங்களின் கடிதங்களால் நான் உற்சாகமடையவுமில்லை, கவலையடையவுமில்லை. சாதாரணமாக கடந்து செல்லவே விரும்புகிறேன். சர்ச்சைகளையும் அதிருப்திகளையும் ஒரு பொருட்டாக எடுத்துக் கொள்ளவில்லை. இப்படி கடந்து செல்ல எனக்கு அனுபவம் கற்றுத் தந்துள்ளது.*

> *இவ்வளவு அதிருப்திகளும் என் பார்வைக்கு வந்திருப்பதை நான் அருளாகவே பார்க்கிறேன். நான் அமெரிக்காவிலேயே இருந்திருந்தால் இதனை இனம் கண்டுகொண்டிருக்க முடியுமா? வெளியே இருப்பதால் MMI மற்றும் OAAU அமைப்புகளின் முழுத் தோற்றத்தையும் நிறைவாக என்னால் பார்க்க முடிகிறது.*

கறுப்பர்களின் போராட்டங்களில் ஆக்ரோஷமாக உரையாற்றும் மால்கம் *X*, மென்மையான எழுத்துக்களைக் கையாண்டு, தன்னுடைய தொண்டர்களை அன்பாக அரவணைத்து அவருடைய நிலைப்பாட்டை தெள்ளளத் தெளிவாக இப்படி விளக்குகிறார் அந்தக் கடிதத்தில்...

உங்களுடைய மனக்குமுறல்களை நான் அறிகிறேன். அதில் சில குமுறல்கள் ஒன்றுமே இல்லாதது, இன்னும் சிலவையோ பிரச்சினையை முழுவதுமாக பார்க்க இயலாததால் எழுந்ததாகும். நான் யாருக்கும் தலைவராக இருக்க முயன்றதில்லை. உங்களில் சிலர் தலைமைத்துவத்தை விரும்புகின்றனர். நான் அமெரிக்காவிலிருந்து வந்த பின்பு, உங்களில் யாருக்கு தலைமைத்துவப் பண்பு இருக்கிறது என்பதைக் காட்ட நான் அங்கு இல்லாத காலகட்டத்தை ஒரு வாய்ப்பாக பயன்படுத்திக் கொண்டிருப்பீர்கள். அப்படி வழிநடத்த தயாராக இருக்கும் யாருடனும், நான் திரும்பி வந்த பின்பு இணைந்து பயணிப்பேன், நீங்கள் என்னுடன் பணியாற்ற வேண்டும் என்று மட்டுமே அல்லாஹ்விடம் பிரார்த்திக்கின்றேன்.

மேலும் ஒரு மாதமாவது நான் ஆஃப்ரிக்காவில் இருக்க நேரிடலாம். இந்தச் சமயத்தில் உங்களுக்கிடையிலான சிறிய மனத்தாங்கல்களை கண்டுகொள்ளாமல், இணைந்து பயணித்து முன்னேறலாம். அல்லது உங்களுக்கிடையில் முரண்பட்டு பின்தங்கிப் போகலாம். முஸ்லிம் பள்ளிவாசல் கூட்டமைப்பையும், OAAU அமைப்பையும் வெற்றி முகத்திற்கு கொண்டு செல்லலாம் அல்லது இரு அமைப்புகளையும் அழித்து விடலாம். அது உங்கள் விருப்பம். இன்னும் ஒரு மாதம் அவகாசம் உள்ளது. நான் அல்லாஹ்வின் மீதும் நீதியின் மீதும் என் மக்கள் மீதும் மட்டுமே மிகுந்த நம்பிக்கை வைத்துள்ளேன். நான் அமெரிக்கா வந்த பின்பு, தேவைப்பட்டால் முதலில் இருந்தேகூட இயக்கச் செயல்பாடுகளை என்னால் தொடங்க முடியும். நான் நேர்வழியில் செல்லும் வரை அல்லாஹ் எனக்கு வெற்றியை அளித்து ஆசிர்வதிப்பான். என்னுடைய மக்கள் இந்தப் போராட்டத்தில் எனக்கு உதவுவார்கள். நான் உங்கள் அனைவரையும் நேசிக்கிறேன், அல்லாஹ் உங்கள் அனைவரையும் ஆசீர்வதிக்க பிரார்த்திக்கிறேன்.

பதவி வெறி கொண்டலைபவர்களோ, பிரபல்யத்தை விரும்புபவர்களோ எனக்குத் தேவையில்லை; அமெரிக்க கறுப்பர்களுக்கான முழுமையான விடுதலையை நோக்கிய இந்தப் பயணத்தையும் போராட்டத்தையும் மீண்டும் சூன்யப்

புள்ளியில் இருந்துகூட தன்னால் தொடங்க முடியும், அந்தளவுக்கு தன்னுடைய மக்கள் மீது தனக்கு நம்பிக்கை இருப்பதாக கூறுமளவுக்கு அடித்தட்டு கறுப்பர்களின் பின்னால் நின்றார் மால்கம் X.

◉

3
தலைவணங்காத் தலைவன்

சொந்தத் துணிவு, உணர்ச்சிகள் காரணமாக தலைவர்களிடம் தங்களை ஒப்படைத்துக் கொள்பவர்களே உண்மையான தொண்டர்கள்.

இம்மாதிரியான தொண்டர்களைப் பெற்றிருப்பவரே, அதற்கான தகுதிகளைக் கொண்டிருப்பவரே உண்மையான தலைவர்.

– மால்கம் X

அமெரிக்காவில் கறுப்பர்கள் நிற, இன அடிப்படையில் ஒடுக்குமுறையை எதிர்கொள்வது இந்த நூற்றாண்டிலும் தொடரத்தான் செய்கிறது. கறுப்பர்களை இனப்பாகுபாட்டோடு ஒதுக்கும் நிகழ்வுகளை இப்போதும் நாம் பார்த்து வருகிறோம். கடந்த நூற்றாண்டின் மத்தியில் இது உச்சத்தில் இருந்தது, இத்தனைக்கும் அமெரிக்காவில் சட்டப்படி அடிமைத்தனம் ஒழிக்கப்பட்டு அப்போது நூற்றாண்டாகி இருந்தது. ஆனால், எதார்த்தத்தில் அடிமைத்தனம் கடைபிடிக்கப்பட்டது. பொது இடங்களில் கறுப்பர்களுக்கு அனுமதி கிடையாது என்ற அறிவிப்பு பலகை தொங்கிக் கொண்டுதான் இருந்தது. கறுப்பர்கள் மீதான தாக்குதல் என்பது அன்றாட நிகழ்வுகளாக தொடர்ந்தன. சிறு சிறு குற்றங்கள் இழைக்கும் கறுப்பர்களை போலீஸாரே அடித்துக் கொல்வதும், குடியுரிமைப் போராட்டங்களில் முனைப்பு காட்டும் கறுப்பர்களை, வெள்ளை இனவெறியர்கள் குறிவைத்துக் கொல்வதும் சாதாரண நடைமுறையாக இருந்தது. கொலையாளிகளை கைது செய்யவோ தண்டிக்கவோ மாட்டார்கள் என்பதால், கறுப்பர்களை கொலை செய்ய யாரும் தயங்குவது இல்லை. அதாவது கறுப்பர்களைக் கொன்றொழிக்க வெள்ளை இனவெறியர்கள் தயங்கியதே கிடையாது.

இனவெறியர்கள் வன்முறை மொழியை பேசும்போது, பாதிக்கப்படும் அமெரிக்க கறுப்பர்களோ அகிம்சை மொழியிலேயே பதிலளித்தனர். கறுப்பர்கள் எதிர்கொள்ளும் இன அழிப்பு நடவடிக்கைகளுக்கு எதிராக வெறுமனே போராட்டம் நடத்துவது, அதிகாரிகளிடம் மனு கொடுப்பது என்ற அளவில்தான் குடியுரிமை அமைப்புகள் செயல்பட்டு வந்தன. கறுப்பர்களின் உரிமைகளைப் பெறுவதற்கு, சாத்வீகமான முறையில், உரிய அதிகாரிகளைச் சந்தித்து முறையிடுவதுதான் அமெரிக்காவில் சட்ட ரீதியாக இருக்கும் ஒரேவழி என கறுப்பர்களின் உரிமைகளுக்காகப் போராடி வந்த குடியுரிமை அமைப்புகள் நம்பின. நூற்றாண்டுகால இந்த நிலைமையை மாற்றியவர் மால்கம் *X* தான்.

> *சுதந்திரத்தை அடைய உயிரை விடவும் தயாராக இல்லை என்றால், உங்கள் அகராதியிலிருந்து 'சுதந்திரம்' என்ற சொல்லை நீக்கி விடுங்கள்.*

எந்த மொழியில் பேசினால் இனவெறியர்களுக்குப் புரியுமோ அந்த மொழியில் பேசுமாறு கறுப்பர்களிடம் வலியுறுத்தினார் மால்கம். சுதந்திரத்துக்கான விலையை கொடுக்க தயாராக இருக்க வேண்டுமென்றும், அதனை அடைவதற்கான முன் நிபந்தனை உயிர்த்தியாகம் செய்ய தயாராக இருப்பதும்தான் என நினைவுபடுத்தினார் மால்கம். 'இந்த மொழியைக்' கற்றுக் கொள்ள வரலாற்றிலிருந்து அறிவொளியூட்டி, கறுப்பர்களை உத்வேகம் கொள்ளச் செய்தார்.

> *1776 ஆம் ஆண்டு வெடித்த அமெரிக்க புரட்சி எதற்காக? நிலத்துக்காக. நிலத்துக்காக ஏன் கிளர்ந்தெழுந்தார்கள்? புரட்சியை எப்படி சாத்தியமாக்கினார்கள்? இரத்தம் சிந்தி. அமெரிக்கா எனும் சுதந்திர தேசத்துக்காக நடத்தப்பட்ட புரட்சி இரத்தம் சிந்தியே சாத்தியமாக்கப்பட்டது.*
>
> *பிரெஞ்சுப் புரட்சி எதற்காக நிகழ்த்தப்பட்டது? அதுவும் நிலத்துக்காகத்தான். காணி முதலாளிகளுக்கு எதிராக காணியற்றவர்கள் முன்னெடுத்ததுதான் பிரெஞ்சுப் புரட்சி. அந்தப் புரட்சி எப்படி நிகழ்ந்தது? அதுவும் இரத்தம் சிந்தித்தான். அன்பின் வழியிலோ, சமரசம் செய்தோ, சமாதானம் செய்தோ அல்ல.*

ரஷ்யப் புரட்சி எதன் அடிப்படையில் நிகழ்த்தப்பட்டது? நிலத்தை அடிப்படையாகக் கொண்டுதான். நிலமற்றவர்கள், நிலவுடைமையாளர்களை எதிர்த்து இரத்தம் சிந்தி நிலைநாட்டியதுதான் ரஷ்யப் புரட்சி. இரத்தம் சிந்தாமல் புரட்சி என்பது இல்லை.

- நீக்ரோ இளம் தலைவர்களுக்கான கருத்தரங்கு, டெட்ராய்ட், மிச்சிகன் மாகாணம், நவம்பர் 10, 1963.

'இளம் தலைவர்களுக்கு எனது செய்தி (A Message to the Grassroots)' என்ற தலைப்பில் மால்கம் X ஆற்றிய இந்த உரையில் வன்முறையை போதித்ததாக அவர் மீது விமர்சனம் வைக்கப்படுகிறது. இதற்கு முன்பும் ஏராளமான உரைகளில் வன்முறையை ஆதரிக்கும் விதமாக அவர் பேசியிருப்பதாக ஆய்வாளர்கள் சுட்டிக்காட்டுகின்றனர். அதேசமயம், நியாயமான காரணங்களை, மறுக்க முடியாத தர்க்கப்பூர்வமான ஆதாரங்களை முன்வைத்தே அவர் இப்படிப் பேசியிருப்பதாகவும் ஆய்வாளர்கள் நற்சான்றிதழ் வழங்குகின்றனர்.

மேலே சுட்டிக்காட்டிய உரையில்கூட தொடர்ந்து பேசிய அவர், தற்காப்புக்கும் வன்முறைக்கும் இடையிலான நூலிழையிலான வேறுபாட்டை நுணுக்கமாக முன்வைக்கிறார்.

இரத்தம் சிந்த பயப்படுகிறீர்கள். நான் அடித்துச் சொல்கிறேன், கறுப்பர்களே... இரத்தம் சிந்த நீங்கள் பயப்படுகிறீர்கள். அமெரிக்க வெள்ளையனுக்காக கொரியப் போரில் பங்கேற்று இரத்தம் சிந்துகிறீர்கள். அந்த வெள்ளையன் உங்களை ஜெர்மனிக்கு அனுப்புகிறான், நீங்கள் போரில் பங்கேற்று இரத்தம் சிந்துகிறீர்கள். அவனுக்காக ஜப்பானியர்களுடன் போரிட்டு இரத்தம் சிந்துகிறீர்கள். ஆக, வெள்ளையனுக்காக இரத்தம் சிந்திச் சிந்தி, உங்கள் தேவாலயத்தில் குண்டுவீசி கறுப்பினச் சிறுமிகளைக் கொலை செய்யும் போது, அதற்கெதிராக போராடிச் சிந்த கறுப்பர்களே, உங்கள் உடலில் குருதி இல்லை. வெள்ளையன் கட்டளையிட்டால் உடனே இரத்தம் சிந்துகிறீர்கள், அவன் கடிக்கச் சொன்னாலோ, குரைக்கச் சொன்னாலோ உடனே செய்கிறீர்கள். இப்படிச் சொல்வதை நான் வெறுக்கிறேன். ஆனால் உண்மை இதுதானே.

நிகழ்வுகளின் நாட்குறிப்புப் பக்கங்களை விரித்துக் காட்டி, கறுப்பர்கள் கற்றுக் கொள்ள வேண்டிய 'மொழியை' அடையாளம் காட்டும் மால்கம், அதற்கு தாய்நாட்டின் போர் நடவடிக்கைகளையே முன்னுதாரணமாக முன் வைக்கிறார்.

அமெரிக்காவுக்குள் வன்முறை தவறு என்றால், அமெரிக்காவுக்கு வெளியிலும் அது தவறுதானே. கறுப்பர்கள் தங்களை தற்காத்துக் கொள்வது வன்முறை என்றால், வெளிநாட்டுத் தாக்குதல்களிலிருந்து அமெரிக்காவை தற்காத்துக் கொள்ள போரிடுவதும் வன்முறைதானே. எதிரி நாடுகளிடமிருந்து அமெரிக்காவை தற்காத்துக் கொள்வது ஓர் உரிமை, அது வன்முறை கிடையாது என்றால், அமெரிக்க மண்ணில் நமது மக்களை தற்காத்துக் கொள்ள நீங்களும் நானும் செய்யும் எதுவொன்றையும் வன்முறையாக கருதாமல் உரிமையாகத்தானே கருத வேண்டும்.

தற்காப்பையும் வன்முறையையும் பாதிக்கப்பட்டவனின் மனநிலையிலிருந்தே பார்க்க வேண்டும் என வலியுறுத்தும் மால்கம் X,

தொடர்ந்து மிருகத்தனமான தாக்குதல்களுக்கு ஆளாகும் ஒருவனிடம், தன்னைத் தற்காத்துக் கொள்ளக் கூடாது என கற்பிப்பது குற்றமாகும்.

எனக் குறிப்பிட்டு, குட்டக் குட்டக் குனிவது ஒடுக்குபவர்களுக்கே உந்துதலாக இருக்கும் என எச்சரிக்கை செய்கிறார். இனவெறியை குற்றமாக பார்க்காத, இனவெறியை சமூக அறமாக அங்கீகரித்து, இனப்பாகுபாட்டை கறாராக நடைமுறைப்படுத்தும் வெள்ளைச் சமூகத்திற்கு அகிம்சை மொழி புரியவே புரியாது என மீண்டும் மீண்டும் வலியுறுத்திச் சொல்கிறார்.

என்னுடைய புரிதல் இதுதான்: ஏமாற்றும் குணம் கொண்ட, நயவஞ்சகத்தனம் மிகுந்த, இனப்பாகுபாடு காட்டும் ஒரு சமூகத்தை எதிர்கொள்கிறோம். இங்கு மாற்றத்தைக் கொண்டு வருவதற்கான ஒரே வழி, அவர்கள் புரிந்து கொள்ளும் மொழியில் பேசுவதுதான்... வெள்ளை இனவாதிகளுக்கு அமைதியின் மொழி புரியாது. அகிம்சையின் மொழி புரியாது. 400 ஆண்டுகளுக்கும் மேலாக வேறொரு

மொழியில் கறுப்பர்களான நம்மிடம் பேசி வந்தனர், இனப்பாகுபாடு காட்டுவதற்கு முற்றுப்புள்ளி வைக்க வேண்டுமென்ற உச்சநீதிமன்ற தீர்ப்பை அமல்படுத்தக் கோரியதால், போலீசாரின் மிருகத்தனமான தாக்குதல்களை எதிர்கொண்டோம். அவர்கள் ஏவிவிட்ட நாய்களை எதிர்கொண்டோம். கறுப்பர்களின் மண்டைகளை உடைத்தது வெள்ளை இனவெறி பிடித்த கூ க்ளக்ஸ் கிளான் அமைப்பினர் அல்ல, போலீஸ்காரர்கள்தான்... தீயை அணைக்கும் தண்ணீரை பீய்ச்சி அடித்து, எங்களுடைய பெண்களின், குழந்தைகளின் தோல்களை பிய்த்தெறிந்தது போலீஸ்காரர்கள்தான்... அவர்கள் சட்டம் என்று சொல்லும் ஒன்றை நடைமுறைப்படுத்த நாங்கள் கோரியதால்தான் இந்த அடக்குமுறைகளெல்லாம்... சொந்தச் சட்டங்களைக் கூட நடைமுறைப்படுத்த மாட்டார்கள், ஏனெனில் நம்முடைய தோலின் நிறம் அப்படி... எனவேதான் சொல்கிறேன், அரசு எங்களுக்கு வழங்க முடியாத நீதியை, தேவைப்படும் எந்த வழிமுறைகளைக் கொண்டாவது நாங்கள் பெற்றுக் கொள்வோம்.

கறுப்பர்களை உருவேற்றுவதற்காக மால்கம் ஆவேசமாக உரையாற்றவில்லை; வெறுமனே மேடையில் முழங்கி விட்டு போராட்டக் களத்திலிருந்து நழுவவில்லை. கறுப்பர்களுக்கான உரிமைகளைப் பெற்றுத் தருவதற்காக உழைத்த குடியுரிமை அமைப்புகள் கொடிப் பிடித்து, முழக்கங்களைக் கூவி, கூடிக் கலையும் அமைப்புகளாக மட்டுமே இருந்த நிலையில், பாதிக்கப்பட்ட கறுப்பனுக்கு உடனடியாக நிவாரணம் பெற்றுத் தருவதை சாத்தியமாக்கிக் காட்டினார் மால்கம் X.

1957 ஆம் ஆண்டு ஏப்ரல் 26 ஆம் தேதி, வெள்ளிக் கிழமை அன்று, நியூயார்க் மாகாணத்தின், ஹார்லெம் பகுதியில் உள்ள, பள்ளிவாசலில் ‘பண்பாட்டு இரவு’ நிகழ்ச்சியில் முஸ்லிம் கணவன் - மனைவிமார்கள் கலந்து கொண்டனர். (நேஷன் ஆஃப் இஸ்லாம் அமைப்பில் ஹார்லெம் நகரில்தான் அதிகமான உறுப்பினர்கள் இருந்தனர்.) நிகழ்ச்சி முடிந்தபின், அங்கிருந்த சகோதரர்களுடன் மால்கம் X அளவளாவிக் கொண்டிருந்த போது அந்தத் தகவல் வந்தது. தெருவில் வாக்குவாதத்தில் ஈடுபட்டிருந்த கறுப்பர்களை கலைந்து செல்லுமாறு போலீஸ்

கூறியபோது ஏற்பட்ட தகராறில் நேஷன் ஆஃப் இஸ்லாம் அமைப்பின் உறுப்பினர் ஹிண்டன் ஜான்சன் X-சை போலீசார் கடுமையாகத் தாக்கி காவல்நிலையத்துக்கு இழுத்துச் சென்றனர். அங்கு நின்றிருந்த மற்றொரு முஸ்லிம் சகோதரர் இந்தத் தகவலை பள்ளிவாசலுக்கு தொலைபேசியில் தெரிவித்தார்.

ஹார்லெம் காவல் நிலையத்துக்கு விரைந்து வந்த மால்கம், கைது செய்யப்பட்ட இயக்கத் தொண்டரை உடனடியாக பார்க்க வேண்டும் என கோர, காவலர்கள் அவரை உள்ளே அனுமதிக்க மறுத்து விட்டனர். கறுப்பர்கள் விவகாரத்தில் இந்த மாதிரி காவல்நிலைய படிக்கட்டுகள் ஏறி, கைது செய்யப்பட்டவரின் நிலைமையைக் குறித்து விசாரிப்பதெல்லாம் நடைமுறையில் கிடையாது. அப்படியே கேட்டாலும் எந்தக் காவலரும் பதில் சொல்லியதில்லை. எந்த தைரியத்தில் மால்கம் காவல் நிலையத்திற்கு வந்தார் என காவலர்களுக்கே ஆச்சரியமாக இருந்தது.

மால்கம் காவல் நிலையம் விரைந்த தகவல் காட்டுத்தீ போல பரவ, பள்ளிவாசலில் இருந்த இயக்கத் தொண்டர்களும் ஹார்லெம் பகுதியில் வசித்த இயக்கத் தொண்டர்களும் காவல் நிலையத்தை முற்றுகையிட்டனர். கறுப்பு முஸ்லிம்கள் சாலையில் விரைவதைப் பார்த்த, அந்தப் பகுதியில் கடைகளில் வேலை பார்க்கும் முஸ்லிமல்லாத கறுப்பர்களும் அவர்களுடன் இணைந்தனர். காவல் நிலையம் இருந்த வீதியிலும் அருகிலிருந்த வீதியிலும் கறுப்பர்கள் அணிவகுத்து நின்றனர். அதிகாலை 2 மணியாகி விட்ட போதும், கூட்டம் அதிகரித்துக் கொண்டே இருந்தது. கூட்டம் கூடக்கூட பதற்றமும் கூடியது. ஏறக்குறைய 4,000 மேற்பட்ட கறுப்பர்கள் சாலையில் அணிவகுத்து நின்றனர்.

நேஷன் ஆஃப் இஸ்லாம் அமைப்பின் தொண்டரான ஹிண்டன் ஜான்சன் என்ற நபர் காவல் நிலையத்திற்குள் இல்லை என்று காவலர்கள் சாதித்தனர். மால்கமும் அவரின் தொண்டர்களும் வாக்குவாதம் செய்தும் காவல் நிலையத்திற்குள் அவர்கள் அனுமதிக்கப்படவில்லை. நேரம் செல்லச் செல்ல, இரவின் குளிரையும் பொருட்படுத்தாமல் அணிவகுத்து நின்றிருந்த கறுப்பர்களை நேஷன் ஆஃப் இஸ்லாம் அமைப்பின் தொண்டர்கள் கட்டுப்படுத்தி வைத்திருந்தனர். நிலைமை

கட்டுக்குள்தான் இருந்தது. ஆனால் கட்டுப்படுத்த முடியாமல் இருந்தது. பணியில் இருந்த அனைத்து அதிகாரிகளும் ஹார்லெம் காவல் நிலையத்திற்கு அழைக்கப்பட்டு, எதையும் எதிர்கொள்ள தயார் நிலையில் இருக்குமாறு அறிவுறுத்தப்பட்டனர்.

காவல் நிலையமும் அதனைச் சுற்றி இருந்த பகுதிகளும் பதற்றமாக இருந்த சூழலில் ஆம்ஸ்டர்டாம் நியூஸ் பத்திரிகையின் ஆசிரியர் ஜேம்ஸ் ஹிக்ஸ் அங்கு வந்தார். அவர் அப்பகுதி, பொதுமக்கள் - போலீஸ் சங்கத்தின் தலைவராகவும் இருந்தார். அவர் கறுப்பர் என்பதையும் மால்கமுக்கு நண்பர் என்பதையும் குறிப்பிட்டுச் சொல்ல வேண்டும். நிலைமையைச் சமாளிப்பதற்காக அவரை போலீஸ் அழைத்திருந்தது.

பத்திரிகையாளர் ஜேம்ஸ் ஹிக்ஸ் பேச்சுவார்த்தையில் ஈடுபட்டார். சகோதரர் ஹிண்டன் ஜான்ஸனுக்கு மருத்துவ உதவி தேவையென்றால், அவரை உடனே மருத்துவமனையில் சேர்க்க வேண்டும், ஒருவேளை மருத்துவ உதவி தேவைப்படாத பட்சத்தில் சட்டப்படி வழக்கை நடத்தலாம் என பேச்சுவார்த்தையின் போது மால்கம் திட்டவட்டமாக குறிப்பிட்டார். “காவல் நிலையத்தில் உள்ள ஹிண்டன் ஜான்ஸனைப் பார்க்க அனுமதித்தால், உடனே கூட்டத்தை கலைந்து போகச் சொல்லி விடுவீர்கள்தானே...” காவல்துறையினர் பயந்து போய் இருந்ததை அவர்களின் நிபந்தனையில் இருந்து அறிய முடிந்தது.

காவல் நிலையத்துக்குள் மால்கம் அழைத்துச் செல்லப்பட்டார். சகோதரர் ஹிண்டன் ஜான்சனின் தலையில் பலத்த காயம் ஏற்பட்டு ரத்தம் சொட்டச் சொட்ட உயிருக்குப் போராடிக் கொண்டிருந்தார். அவரை உடனடியாக ஹாஸ்பிடலுக்கு அழைத்துச் செல்ல போலீஸ் அதிகாரிகள் சம்மதித்தனர். அவரை ஆம்புலன்சில் ஏற்றுவதைப் பார்த்த, வெளியே கூடியிருந்த கூட்டம் ஆத்திரத்தில் கத்தியது. அசம்பாவிதம் ஏதும் நிகழ்ந்து விடுமோ என காவல்துறை அதிகாரிகள் அஞ்சினர். வந்த நோக்கம் நிறைவேறியதால், தொண்டர்களைப் பார்த்து கலைந்து செல்லும் தொனியில், மால்கம் கைகளை அசைக்க, நேஷன் ஆஃப் இஸ்லாம் அமைப்பின் தொண்டர்கள் அமைதியாக கலைந்து சென்றனர். அவர்கள் செல்லச் செல்ல, அங்கு திரண்டிருந்த கறுப்பர்களும் மெல்லக் கலைந்து சென்றனர்.

ஹார்லெம் நகர கறுப்பர்களைத் தாக்குவதும், அடித்து துவம்சம் செய்வதும் போலீசுக்கு வழக்கமான ஒன்றுதானே... ஆனால், அடி வாங்கிய கறுப்பனை போலீசே மருத்துவமனையில் அனுமதிப்பது இதுதான் முதல் தடவை. இப்படி ஒரு கூட்டத்தை நியூயார்க் நகர போலீஸ் இதுவரை பார்த்திருக்க வாய்ப்பில்லை. அதுவும் கட்டுக்கடங்காமல், போலீசுக்குப் பயப்படாமல் இவ்வளவு நேரம் போலீஸ் நிலையம் முன்பே அணிவகுக்கும் தைரியம் கறுப்பர்களுக்கு எப்படி வந்தது?

27 வயதில் சிறையிலிருந்து விடுதலையான மால்கம், ஐந்தே ஆண்டுகளில் கறுப்பர்கள் வியக்குமளவுக்கு மாபெரும் தலைவராக உருவாகி, கறுப்பர்களின் ஆழ்மனதில் பதிய வைக்கப்பட்டிருந்த வெள்ளை இனவெறியர்களைப் பற்றிய பயத்தைத் துடைத்தெறிந்து, நீதியை நிலைநாட்டும் உந்துசக்தியை அளித்தார்.

யாரும் உங்களுக்கு சுதந்திரத்தை தர முடியாது. சமத்துவத்தை, நீதியை அல்லது எதையுமே யாரும் உங்களுக்கு வழங்கிட முடியாது. ஒரு மனிதராக இருந்தால், நீங்களே அதை எடுத்துக் கொள்ளுங்கள்.

மால்கமின் இந்த மந்திர வார்த்தைக்கு கட்டுப்பட்டனர், கண்ணெதிரே பலனையும் பார்த்தனர் அமெரிக்க கறுப்பர்கள்.

கடுமையாகத் தாக்கப்பட்டு உயிருக்குப் போராடிக் கொண்டிருந்த கறுப்பரை, போலீஸ் காவலிலிருந்து மீட்டு மருத்துவமனைக்கு அனுப்பிய இந்தச் சம்பவத்தை, நியூயார்க் காவல்துறை தீவிரமான பிரச்சினையாக எடுத்துக் கொண்டு, கறுப்பின சமூகத்தில் அதிபயங்கர சக்தியாக மாறி வரும் மால்கம் X மீதான உளவுத்துறையின் கண்காணிப்பை அதிகரித்தது.

●

4
இலக்கும் பாதையும்

காலத்திற்கேற்ப செயல் திட்டம் மாறலாம். நிகழ்ச்சி நிரல் மாறலாம். ஆனால், இலக்கு ஒரு போதும் மாறாது. உங்கள் இலக்கை அடைவதற்கான பாதை மாறலாம். ஆனால் இலக்கு மாறாது. எங்கள் இலக்கு முழுமையான சுதந்திரம், முழுமையான நீதி, முழுமையான சமத்துவம் – அவசியப்படும் எந்த வழிமுறைகளிலாவது இதை நாங்கள் அடைவோம். இந்த இலக்கு என்றும் மாறாது. மனிதர்கள் என்ற நிறைவான, உடனடியான அங்கீகாரம்தான் எங்களுக்குத் தேவை.

– மால்கம் X

I

கறுப்பர்கள் 400 ஆண்டு காலமாக அமெரிக்க மண்ணில் ஒடுக்கப்பட்டு வருகின்றனர். ஒடுக்கப்படுபவன் கிளர்ந்தெழுவது தானே இயல்பு. ஆனால் அமெரிக்க கறுப்பர்களோ, ஒடுக்குபவனான வெள்ளைக்காரனோடு இணக்கமாக 'ஒன்றிணைந்து (Integration)' வாழவே முற்பட்டனர். வெள்ளையனைப் பகைத்துக் கொள்ள விரும்பாமல், வெள்ளையர்களின் அடக்குமுறைகளையும் சுரண்டலையும் பொறுத்துக் கொண்டனர். ஒரு குறிப்பிட்ட காலத்துக்கு இந்த அவலங்களையெல்லாம் பொறுத்துக் கொண்டு, கறுப்பினச் சமூகத்தை வலுப்படுத்திய பின், ஒருநாள் கிளர்ந்தெழுந்து இனவெறியர்களின் அடாவடிகளுக்கு முற்றுப்புள்ளி வைக்கும் தூர நோக்கில் அவர்கள் பொறுமையாக இருந்தார்கள் என்று இதற்கு பொருளல்ல.

வெள்ளையர்களை எதிர்க்கவே முடியாது என்ற அச்சத்தாலும் அவநம்பிக்கையாலும் அடிமைத்தனத்தை கறுப்பர்கள் விரும்பி ஏற்றுக் கொண்டனர். அப்படி ஏற்றுக் கொள்ள

கறுப்பர்கள் பயிற்றுவிக்கப்பட்டிருந்தனர். வெள்ளையர்களின் கல்வி முறையால் தாழ்வு மனப்பான்மைக்கு கறுப்பர்கள் ஆட்பட்டிருந்தனர். வலிந்து கட்டமைக்கப்பட்ட ஒரு சட்டகத்துக்குள் தாம் வாழ்ந்து வருவதை உணராததும், அதிலிருந்து வெளியேற முடியும் என நம்ப மறுத்ததும்தான் இதில் வருந்தத்தக்க உண்மையாகும். வாழ்வாதாரம் குறித்த அவநம்பிக்கையாலும் 'மரணத்துக்குப் பிந்தைய வாழ்க்கை' குறித்த அச்சத்தாலும் கறுப்பர்களின் மூளை நிரம்பியிருந்தது.

கறுப்பர்களின் ஆழ்மனதில் ஊறிப் போயிருந்த இந்த இரண்டு தன்மைகளையும் கறுப்பர்களுக்கு புரிய வைப்பதிலிருந்தே தன்னுடைய புரட்சியைத் தொடங்க முடியும் என மால்கம் உறுதியாக நம்பினார். கல்வி மறுக்கப்பட்ட காலத்தில் மட்டுமல்ல, தற்காலத்திலும்கூட நன்கு படித்த கறுப்பர்களும் அதே தாழ்வுப்பான்மையோடு இருப்பதே விடுதலைக்கு தடை என்பதை தெளிவுபடுத்தினார்.

அடிமைத்தனம் சட்டப்பூர்வமாக இருந்த காலகட்டத்தில் வெள்ளை எஜமானர்களை அங்கிள் சாம் *(Uncle Sam)* என அழைப்பதும், அந்த வெள்ளை எஜமானர்களை அண்டிப் பிழைக்கும் கறுப்பர்களை 'அங்கிள் டாம்' *(Uncle Tom)* என அழைப்பதும் கறுப்பர்களிடையே வழக்கமாக இருந்தது. வெள்ளையர்களின் வீடுகளில் தங்கி வேலை பார்த்த அடிமைகள் 'மனை நீக்ரோ' *(House Negro)* என்றும் நிலத்தில் உழுத அடிமைகள் 'பண்ணை நீக்ரோ' *(Field Negro)* என வரலாற்றில் வகைப்படுத்தப்படுகின்றனர். மனை நீக்ரோக்கள், வெள்ளையர்களின் வீடுகளிலேயே தங்கிக் கொள்ள அனுமதிக்கப்பட்டனர். ஓர் ஓரத்தில் ஒடுங்கிக் கொள்ள இடம் கொடுத்ததால், வெள்ளையர்களிடம் மிக மிக விசுவாசமாக இருந்தனர்; கடவுளிடம் காட்டும் விசுவாசத்தைப் போல... பண்ணை நீக்ரோக்களோ இவர்களுக்கு நேரெதிராக, எப்படியாவது அடிமைத்தளையிலிருந்து தப்பித்துவிட வேண்டும் என்ற சிந்தனையிலேயே நாட்களைக் கழித்தனர். இந்த இரண்டு வகை நீக்ரோக்களும் தற்போதும் உள்ளதாக, வரலாற்றுத் தருணத்தையும் நடப்பில் உள்ள கறுப்பர்களின் மனநிலையையும் ஒப்பிட்டு, கறுப்பர்களை விழிப்படையச் செய்தார் மால்கம்.

வெள்ளை எஜமானருக்கு ஏதாவது பிரச்சினை என்றால், அது தனக்கே ஏற்பட்ட பிரச்சினை போல மிகையாக வருந்துவது House Negro-க்களின் வழக்கம். தங்களுக்கு ஒரு தீங்கு ஏற்பட்டால்கூட அவ்வளவு வருந்தமாட்டார்கள். 'அங்கிள் டாம்'களான இந்த House Negro-க்களைப் பற்றி புரிந்து கொண்டால்தான், இப்போதுள்ள 20 ஆம் நூற்றாண்டின் நவீன 'அங்கிள் டாம்'களை புரிந்து கொள்ள முடியும்.

ஒரு Field Negro 'அடிமைத் தளையிலிருந்து தப்பித்து ஓடிவிடலாம், வா...' என கூறினால், 'நாங்கள் இங்கிருந்து போனால், எங்கே தங்குவது? எங்கள் வெள்ளை எஜமானரைப் போல யார் எங்களுக்கு உணவு தருவார்கள்? எங்கள் வெள்ளை எஜமானரைப் போல யார் எங்களுக்கு உடை தருவார்கள்?' என House Negro-க்கள் பதறி, அலறித் துடித்து, தட்டிக் கழித்து அடிமைகளாக வாழவே விரும்பினர்.

நிலத்தில் உழுத Field Negro-க்களோ, ஒரு நாள் விடிவு கிடைத்துவிடாதா என ஏங்கி ஏங்கி வாழ்நாளை கழித்தனர். வெள்ளை எஜமானருக்கு ஆரோக்கிய குறைபாடு என்றால், அவர் விரைவில் செத்துப் போக வேண்டும் என்றோ, வெள்ளை எஜமானரின் வீட்டில் தீப்பிடித்தால், காற்று பலமாக அடித்து மொத்த வீட்டையும் நாசமாக்க வேண்டும் என்றோ Field Negro-க்கள் பிரார்த்தனை செய்தனர்.

Field Negro ஒரு நாளும் தன்னை வெள்ளை எஜமானரோடு இணைத்துப் பார்த்ததில்லை. 'வா, இங்கிருந்து தப்பித்து விடலாம்' என யாராவது அழைத்தால், உடனே கிளம்ப தயாராக இருந்தான். எங்கே போகலாம், எப்படி போகலாம் என்ற கேள்வியே அவனிடம் எழுந்ததில்லை. 'வா, தப்பித்து விடலாம்' என்பதுதான் அவன் பதிலாக இருந்தது. சாத்தியக்கூறுகள் பற்றியெல்லாம் அவன் சிந்தித்ததில்லை. தப்பித்து ஓடும் போது சிக்கினால், வெள்ளை எஜமானர்களால் கடுமையாக சித்திரவதைக்கு உள்ளக்கப்படுவோம் என்பதை நன்றாக அறிந்திருந்தும், தப்பித்துச் செல்லவே Field Negro எப்போதும் விரும்பினான். வெள்ளையனையும் அவனை அண்டி வாழ்வதையும் House Negro விரும்பிய அளவுக்கு,

வெள்ளையனையும் அடிமைத்தனத்தையும் வெறுத்தான் Field Negro.

இன்றைய நவீன 'அங்கிள் டாம்'களை இப்போது பாருங்கள். என்ன, House Negro போல இவர்கள் மோசமாக ஆடை அணியவில்லை, அவ்வளவுதான். ஹாவார்ட் ஆங்கிலத்தை உச்சரித்துக் கொண்டு வழக்கறிஞராகவோ, நீதிபதியாகவோ, டாக்டராகவோ, ஐநாவின் தூதுவராகவோ வலம் வருகின்றனர். சர்வதேச மாநாடுகளில் அமெரிக்க அரசின் பிரதிநிதிகளாக பங்கேற்கின்றனர். வெளிநாடுகளின் சச்சரவுகளை தீர்க்க மத்தியஸ்தம் செய்கின்றனர். ஆனால், அமெரிக்காவின் கறுப்பர்களின் பிரச்சினைகளுக்காக, சொந்த மக்களின் பிரச்சினைகளுக்காக வெள்ளையர்களிடம் இந்த நவீன 'அங்கிள் டாம்'களை மத்தியஸ்தம் செய்யச் சொல்லுங்கள் பார்க்கலாம்... அவர்களால் முடியாது.

வெள்ளை எஜமானர்கள் வாழும் பகுதியில், வெள்ளை எஜமானர்களின் அண்டை வீட்டுக்காரர்களாக வாழவே இவர்கள் விரும்புகின்றனர். இருப்பினும், உரிமைகள் வழங்கக் கோரி, அந்த வெள்ளையர்களிடம்தான் கெஞ்சிக் குழைந்து கூனிக் குறுகி மன்றாடுகின்றனர். அன்றைய House Negro-க்களுக்கும், 20 ஆம் நூற்றாண்டில் வாழும் இன்றைய 'அங்கிள் டாம்'களுக்கும் எந்த வித்தியாசமும் கிடையாது.

பிரச்சினைக்கு தீர்வைச் சொல்லும் முன், பிரச்சினைகளுக்கான காரணத்தை உணர்த்துவதற்கு அதிக முக்கியத்துவம் அளித்தார் மால்கம். "ஒரு செயல் திட்டம் தேவை என்பதை மக்கள் உணராதவரை, அவர்களுக்கு உங்களால் எந்தத் திட்டத்தையும் வழங்க முடியாது" என அவர் அடிக்கடி கூறுவது வழக்கம்.

'அமெரிக்காவில் மிக மிக மோசமாக இனப்பாகுபாடு காட்டப்படும் நேரம்' என சொல்லும் அளவுக்கு ஒரு நேரம் இருந்தது. வாரந்தோறும் ஞாயிற்றுக்கிழமை காலை 11 மணிதான் அந்த நேரம். வெள்ளையர்களுக்கும் கறுப்பர்களுக்கும் ஒரே கடவுள் கிறிஸ்துதான் என்றாலும் வழிபடும் தேவாலயம் வேறு வேறுதான். வெள்ளையர்கள் வழிபாடு நடத்தும் தேவாலயங்களில் கறுப்பர்கள் சென்று பிரார்த்தனையில் ஈடுபட முடியாது. ஞாயிற்றுக்கிழமை காலை 11 மணிக்கு தங்களுக்கான

தேவாலயங்களில் கறுப்பர்கள் கூடும் அந்த நேரம்தான் இனப்பாகுபாடு அப்பட்டமாக வெளிப்படும் உச்சக்கட்ட கணமாகும்.

அடிமைத்தளையில் கட்டுண்டு கிடப்பதே இறைவன் வகுத்த விதி என கறுப்பர்களை நம்ப வைத்ததுதான் வெள்ளையன் செய்த மிகப்பெரிய தந்திரம். அதற்கு அவனுக்கு உதவியது கிறிஸ்தவ மதம். இந்த உலகத்தில் வெள்ளையனை அண்டிப் பிழைத்து அடிமைச் சேவகம் செய்தால், அடிமைப்படுத்தும் வெள்ளையனை எதிர்த்து கலகம் செய்யாமல் வாழ்ந்தால், இறப்பிற்குப் பிந்தைய வாழ்க்கையில் சொர்க்கம் கிடைக்கும்; அந்தச் சொர்க்கத்தில் அனைத்து நலன்களும் வளங்களும் இறைவன் உங்களுக்கு வழங்குவான் என கிறிஸ்தவம் போதித்தது. ஒரு கன்னத்தில் அறைந்தால், மறு கன்னத்தைக் காட்டி வெள்ளையனுக்கு இந்தப் பூமியைச் சொர்க்கமாக்கினால், மரணத்திற்குப் பின்னால் உங்களுக்கு சொர்க்கம் கிடைக்கும் என கறுப்பர்களுக்கு போதனை செய்யப்பட்டது.

நானூறு ஆண்டுகளாக நாம் எந்த மதத்தைப் பற்றியும் அறிந்து விடாமல் அறியாமையின் இருளிலேயே தள்ளப்பட்டிருந்தோம். வெள்ளையர்களின் மதமான கிறிஸ்தவ மதமே நம்முடைய மதம் என நம்ப வைக்கப்பட்டிருந்தோம். குறிப்பாக இஸ்லாம் மதத்தை நம் கண்களிலேயே காட்டவில்லை.

என வெகுண்டெழுந்த மால்கம், அடிமைத்தனத்தை வேரோடும் வேரடி மண்ணோடும் ஒழிக்க இஸ்லாம் ஒன்றே தீர்வு என்பதை தீர்க்கமாக முன்வைத்தார். 'இன இழிவு ஒழிய இஸ்லாம் ஒன்றே வழி' என்பதை தேவாலயத்தில் வைத்தே கிறிஸ்தவர்கள் முன்பு ஓங்கி ஒலிக்க அவர் தயங்கவில்லை. இஸ்லாத்தை ஏற்றுக் கொள்வதன் மூலமாக அடிமை மனோபாவம் நீங்கி, வெள்ளையனுக்குச் சமமானவன் என்ற சிந்தனை கறுப்பனின் உள்ளத்தை ஆட்கொண்டுவிட்டால், அதிகாரம் செலுத்தி அவனை ஒடுக்க முடியாதே என வெள்ளை இனவெறியர்கள் அஞ்சுவதையும் அவர் சுட்டிக்காட்டினார். இந்த உண்மைகளையெல்லாம் இயேசு கிறிஸ்துவின் வார்த்தைகளிலேயே மால்கம் குறிப்பிடுவதுதான் சிறப்பு. ஜூன் ஒன்றாம் தேதி, 1963 ஆம் ஆண்டு நியூயார்க்கின்

பாப்திஸ்ட் தேவாலயத்தில் நூற்றுக்கணக்கான கிறிஸ்தவர்கள் முன்பு இப்படிக் குறிப்பிட்டார்:

தற்போது அமெரிக்காவை உலுக்கி எடுத்து வெள்ளையர்களின் உள்ளத்தில் அச்சத்தை ஏற்படுத்தியிருக்கும் கறுப்பர்களின் எழுச்சிக்கு இஸ்லாம் எந்த வகையில் வித்திட்டுள்ளது? இஸ்லாம் என்பது ஜோடிக்கப்படாத, மேற்பூச்சு இல்லாத 'உண்மையாகும்'. கலப்பிடமில்லாத 'சத்தியமாகும்'. நம்முடைய கண்களைத் திறந்து, ஓநாய்களின் உண்மையான சொரூபத்தை நமக்கு காட்டியது இந்த 'சத்தியம்'தான். நம்மை கேவலப்படுத்துபவர்களிடம் வளைந்து நெளிந்து கூனிக்குறுகி நடந்து கொள்வதற்குப் பதிலாக நெஞ்சை நிமிர்த்தி நடைபோட வைத்தது இந்த 'சத்தியம்'தான். உண்மையான எதிரிகளை அடையாளம் காட்டியது மட்டுமல்ல, அந்த எதிரிகளிடமிருந்து பிரிந்து செல்ல வேண்டும் என்ற சிந்தனையையும், அதற்கான வலுவையும் நமக்கு வழங்கியதும் இந்த 'சத்தியம்'தான்.

கண்ணை மூடிக் கொண்டவன்தான் எதிரியோடு கைகுலுக்குவான், கட்டித் தழுவுவான். எதிரியைப் பற்றி அறியாத, அறிந்து கொள்ள விரும்பாமல் கண்மூடித்தனமாக வாழ்பவன்தான், எதிரியோடு ஒன்றிணைந்து வாழவும் விரும்புவான்.

என் அன்பிற்கினியே சகோதரர்களே, சகோதரிகளே, ஆப்ரஹாம் லிங்கன் நம்மை விடுதலை செய்வார், அமெரிக்க அரசு நம்மை விடுதலை செய்யும் என ஒருபோதும் இயேசு கிறிஸ்து போதிக்கவில்லை. இயேசு கிறிஸ்து இப்படித்தான் கூறியிருக்கிறார்: நீங்கள் சத்தியத்தை அறிந்து கொண்டால், அதுவே உங்களை விடுவிக்கும்.

வெள்ளையர்களோடு 'ஒன்றிணைதலுக்கு' ஆதரவாக அளிக்கப்பட்ட நீதிமன்ற தீர்ப்புகள் நம்மை ஆழ்ந்த உறக்கத்திலேயே வைத்திருக்கும். குடியுரிமை தொடர்பான சட்டங்களை நிறைவேற்றுவதாக அரசியல்வாதிகள் அளிக்கும் நயவஞ்சகத்தனமான வாக்குறுதிகள் 'பண்டைய' அடிமைத்தனத்திலிருந்து 'நாகரிக' அடிமைத்தனத்திற்கே நம்மை முன்னேற்றிச் செல்லும். நம்முடைய இந்த நிலையை

இரண்டாயிரம் ஆண்டுகளுக்கு முன்பே, தீர்க்கதரிசனமாக கணித்திருக்கிறார் இயேசு கிறிஸ்து.

மால்கம் சிறையில் இருக்கும் போது, இஸ்லாத்தை தன்னுடைய வாழ்க்கை நெறியாக தழுவிக் கொண்டவுடனேயே பிரச்சாரத்தை தொடங்கி விட்டார். கறுப்பர்களுக்கு இஸ்லாத்தை அறிமுகப்படுத்துவதையும், வெள்ளையன் என்பவன் 'பிசாசு', அவனோடு இணைந்து வாழ முடியாது, அமெரிக்காவுக்குள்ளேயே ஏதாவதொரு பகுதியில் கறுப்பர்கள் அனைவரும் ஒரே இடத்தில் தனித்து வசிக்க வேண்டும் என்ற கொள்கையை பிரச்சாரம் செய்தார். இந்தக் கொள்கைகள் அனைத்தும் அவர் அங்கம் வகித்து வந்த நேஷன் ஆஃப் இஸ்லாம் அமைப்பின் கொள்கைகளாகும்.

II

1940களில் இருந்து நேஷன் ஆஃப் இஸ்லாம் அமைப்பு அமெரிக்க கறுப்பர்கள் மத்தியில் செயல்பட்டு வருகிறது. இந்த அமைப்பின் தலைவராக செயல்பட்டு வந்த எலிஜா முஹம்மது என்பவர், கிறிஸ்தவ மதத்துக்கு மாற்றாக, இஸ்லாம் மதத்தை பின்பற்ற வேண்டும் என கறுப்பர்கள் மத்தியில் பிரச்சாரம் செய்து வந்தார். 'மரபான இஸ்லாம்' பற்றிய போதிய வழிகாட்டுதல் இன்றி, இஸ்லாமிய பிரச்சாரத்தை அவர் தொடர்ந்தார். இஸ்லாம் மதத்தை ஏற்றுக் கொண்ட கறுப்பர்கள், தங்களை முஸ்லிம்கள் என்று அழைத்துக் கொண்டாலும், குறைந்தபட்ச இஸ்லாமிய வழிபாட்டு முறைகள் பற்றிகூட அவர்கள் அறிந்திருக்கவில்லை, பின்பற்றவில்லை. இஸ்லாத்தை தங்கள் வாழ்க்கை நெறியாக அறிவித்துக் கொண்டாலும், கிறிஸ்தவர்களைப் போலத்தான் கறுப்பர்கள் வாழ்ந்து வந்தனர். சில ஆடைக் கட்டுப்பாடுகளையும் ஒழுக்கக் கட்டுப்பாடுகளையும் கறாராக கடைப்பிடித்து வந்தனர் என்ற போதிலும் முழுமையான இஸ்லாமிய வாழ்க்கை நெறியைப் பற்றி அவர்கள் அறிந்திருக்கவில்லை. அமெரிக்காவைப் பொறுத்தவரை, கிறிஸ்தவத்தில் உள்ள பல்வேறு பிரிவுகளும் தனித்தனி மதமாகத்தான் கருதப்பட்டு வந்தது போல கறுப்பு முஸ்லிம்களும் நேஷன் ஆஃப் இஸ்லாம் அமைப்பும் ஒரு மதப் பிரிவு என்றே சுருக்கி புரிந்து கொள்ளப்பட்டது.

நேஷன் ஆஃப் இஸ்லாம் அமைப்பில் 'யாகூப் சரிதை' என்ற சித்தாந்தமே, பிரதான சித்தாந்தமாக அந்த அமைப்பின் ஊழியர்களுக்கு பயிற்றுவிக்கப்பட்டது. அடிப்படை ஆதாரமற்ற 'யாகூப் சரிதை' என்ற கட்டுக்கதையை நம்பி நேஷன் ஆஃப் இஸ்லாம் அமைப்பை வழிநடத்திக் கொண்டிருந்தார் எலிஜா முஹம்மது. அந்தக் கட்டுக்கதையின் அடிப்படையில் வெள்ளையர்களை 'பிசாசு' என கட்டமைத்து, வெறுப்பை மூலதனமாக்கி கறுப்பர்களை ஒன்றிணைத்தார். இறைவன் ஆதியில் படைத்தது கறுப்பின மனிதர்களைத்தான். நாளடைவில் கறுப்பினத்தில் தோன்றிய யாகூப் என்பவர் இறைவன் மீது கொண்ட வெறுப்பால், இறைவனைப் பழிவாங்குவதற்காக மரபணு மாற்றத்தின் மூலம் சிவப்பு, மஞ்சள் இன மக்களை உருவாக்கியதாக நேஷன் ஆஃப் இஸ்லாம் அமைப்பில் இணைபவர்களுக்கு போதிக்கப்பட்டது. சிவப்பு, மஞ்சள் நிற வழித்தோன்றல்களின் வழியில், இறுதியாக வந்த இனம்தான் வெள்ளை இனம் என 'கறுப்பு முஸ்லிம்கள்' நம்பினார்கள். இறைச் சித்தத்திற்கு எதிராக உருவாக்கப்பட்ட, வெறுக்கப்பட வேண்டிய இனம்தான் வெள்ளை இனம் என்றும் அவர்கள் நம்பினார்கள். இதுதான் 'யாகூப் சரிதை' சித்தாந்தமாகும்.

நிற, இன, மொழி, பால் வேற்றுமை பார்க்காத மார்க்கமாக இஸ்லாம் அறியப்படும் நிலையில், இஸ்லாத்தை பின்பற்றுவதாக சொல்லிக் கொண்ட நேஷன் ஆஃப் இஸ்லாம் அமைப்பில் வெள்ளையர்கள் உறுப்பினர்களாக இணைய முடியாது. மட்டுமல்ல, அவர்களை எதிரிகளாக பாவித்தார்கள் என்பதையும் குறிப்பிட்டுச் சொல்ல வேண்டும். இதனால்தான், அமெரிக்காவில் அப்போது கல்வி கற்ற மத்திய கிழக்கு நாடுகளைச் சேர்ந்த முஸ்லிம்கள், 'கறுப்பு முஸ்லிம்'களின் நேஷன் ஆஃப் இஸ்லாம் அமைப்பை, இஸ்லாத்திலிருந்து வழி தவறிய அமைப்பாக கருதினர். அறிவுக்கொவ்வாத சித்தாந்தத்தைக் கொண்டிருந்தவரை, அந்த அமைப்பின் வளர்ச்சி மட்டுப்பட்டதாகவே இருந்தது. சிந்திக்கும் ஆற்றல் பெற்ற கறுப்பின இளைஞர்களை அந்த இயக்கத்தால் கவர்ந்திழுக்க முடியவில்லை. அதுவும் 1950களின் பிற்பகுதியில் கறுப்பர்கள் மத்தியில் குடியுரிமை அமைப்புகள் தீவிரமாக களமாடி வந்த வேளையில், நேஷன் ஆஃப் இஸ்லாம் அமைப்பு தலைமறைவு குழுவைப் போலத்தான் செயல்பட்டு வந்தது.

‘யாகூப் சரிதை’ என்ற கட்டுக்கதைக்கு அப்பால், வெள்ளையன் ‘பிசாசு’ என்பதற்கு வரலாற்று அடிப்படையில் ஒரு கருத்தியல் வடிவத்தை கொடுத்தது மால்கம்தான். நானூறு ஆண்டுகளுக்கு முன்பு, ஆஃப்ரிக்காவில் இருந்து கறுப்பர்களை கடத்தி வந்து அடிமைப்படுத்திய வரலாற்றை மட்டுமே பேசி வந்த நிலையை மாற்றி, தற்போதும் அதே அடிமை வாழ்க்கையைத்தான் கறுப்பர்கள் மேற்கொண்டு வருகிறார்கள், அவர்களின் சமூக, பொருளாதார நிலையில் எந்த முன்னேற்றமும் ஏற்பட்டு விடவில்லை என புதிய சிந்தனையை பாய்ச்சினார்.

நம்மை அடிமைப்படுத்தியவனிடமே மண்டியிட்டு கெஞ்சி கூத்தாடி உரிமைகளைப் பெறுவதற்குப் பதிலாக, நம்மை நாமே ஆள வேண்டும் என, கறுப்பர்கள் எழுச்சி பெறுவதற்கான திசைவழியைக் காட்டினார். இத்தகைய வழிகாட்டுதலின் பின்னணியில் அமைந்த தீவிர பிரச்சாரத்துக்குப் பின்னர்தான், நேஷன் ஆஃப் இஸ்லாம் ஓர் இயக்கமாக அமெரிக்கர்கள் மத்தியில் வீறுகொண்டெழுந்தது.

அமெரிக்க கறுப்பர்கள் அடிமைத்தனத்திலேயே உழல்வதற்கும் அந்த நிலையை மாற்றிக் கொள்ள அவர்கள் எத்தனிக்காமல் தயங்குவதற்கும் கிறிஸ்தவம்தான் காரணம் என்பதில் உறுதியாக இருந்தது நேஷன் ஆஃப் இஸ்லாம் அமைப்பு. அதேபோல, அமெரிக்க அரசு கறுப்பர்களுக்கு வழங்கும் அற்ப சலுகைகளால், கறுப்பர்களின் அடிமைத்தனம் ஒழிந்து விடாது என்றும் தீவிரமாக பிரச்சாரம் செய்து வந்தது அந்த அமைப்பு. இதனாலேயே அரசியல் செயல்பாடுகளில் அதாவது போராட்டங்கள் உள்ளிட்ட ஜனநாயக அதிகார வரம்பிற்குட்பட்ட தீர்வுகளில் அந்த இயக்கம் நம்பிக்கை கொள்ளவில்லை, கவனம் செலுத்தவில்லை. அதுமட்டுமல்ல, கறுப்பர்களின் அரசியல் உரிமைகளை வென்றெடுக்க களமாடிய குடியுரிமை அமைப்புகளை சாடி வந்ததோடு, எதிரிகளின் வரிசையில் வைத்துத்தான் அந்த அமைப்புகளும் நோக்கப்பட்டன. இந்தப் பின்னணியிலேயே மால்கம் *X* தன்னுடைய உரைகளை அமைத்துக் கொண்டார். கறுப்பர்களின் கிறிஸ்தவ நம்பிக்கை அவர்களை எந்தளவுக்கு துயரத்தில் ஆழ்த்த உதவுகிறது என்பதையும் இயேசு கிறிஸ்துவே இஸ்லாம் மார்க்கத்தைத்தான் பின்பற்றினார் என்றும் பைபிளில் இருந்தே மேற்கோள்காட்டி கறுப்பர்களை நம்பவைத்தார்.

மால்கமின் நெருங்கிய நண்பரும் புத்தகக் கடை உரிமையாளருமான லூயிஸ் மிஷாவ்வின் சகோதரர் எல்டர் சாலமன் லைட்ஃபுட் மிஷாவ் (Elder Solomon Lightfoot Michaux). ரேடியோவில் கிறிஸ்தவ மதப் பிரசங்கம் செய்து அமெரிக்க மக்களின் அபிமானத்துக்குரியவரான இவர், தொலைக்காட்சியின் வருகைக்குப் பின்பு, முதன்முதலில் தொலைக்காட்சியில் கிறிஸ்தவப் பிரச்சாரத்தை (Televangelist) தொடங்கி நாடு முழுவதும் அறியப்பட்ட நபராக வலம் வந்தார். அவருடைய தேவாலயத்தில் வைத்தே, கிறிஸ்தவத்திற்கு எதிராக கறுப்பர்களின் மூளைகளை சலவை செய்தார் மால்கம்.

எங்களுக்கும் அரசியலுக்கும் எந்தச் சம்பந்தமுமில்லை. எந்தக் கட்சியைச் சேர்ந்தவர் வெள்ளை மாளிகையில் அதிகாரத்தில் அமர்ந்தாலும், கொடுத்த வாக்குறுதியை நிறைவேற்றப் போவதில்லை. அரசியல்வாதிகள் வாக்குறுதிகளை அள்ளி வீசுவது ஒரு தந்திரம்தான். அமெரிக்காவின் பிரச்சனைகளை இந்த அரசியல்வாதிகளால் தீர்க்க முடியாது. இதனால்தான் நாங்கள் அரசியலையும், அரசியல்வாதிகளையும், அரசியல் தீர்வுகளையும் நிராகரிக்கின்றோம். நாங்கள் இறைவனிடமே மீளுகிறோம். எங்கள் மூதாதையர்களின் மதத்தின் பக்கம், எங்கள் மூதாதையர்களின் கடவுளின் பக்கம் நாங்கள் திரும்புகிறோம்.

இறைத்தூதர் மோசஸ் நான்காயிரம் ஆண்டுகளுக்கு முன்பு போதித்ததையே நாங்கள் இப்போது செய்கிறோம்.

பைபிளில் என்ன சொல்லப்பட்டுள்ளது? நான்காயிரம் ஆண்டுகளுக்கு முன்பு, ஃபாரோ மன்னனின் சமூகத்தில் அடிமைகளாக இருந்தவர்களின் நிலைகளைப் போலத்தான், நானூறு ஆண்டுகளாக அமெரிக்காவில் கறுப்பர்களின் நிலை உள்ளது.

அந்த அடிமைகளிடம் இருந்தே உதித்த இறைத்தூதர் மோசஸ் என்ன செய்தார்? அடிமைப்படுத்துபவர்களின் மதத்தையும் கடவுளையும் பின்பற்றுவதற்கு பதிலாக, இறைத்தூதர்கள் ஆபிரஹாமின் இறைவன், இறைத்தூதர் ஜேக்கப்பின் இறைவன், அவர்களின் மூதாதையர்களின் இறைவன் பக்கம் திரும்புமாறு மோசஸ் போதனை செய்தார்.

நேஷன் ஆஃப் இஸ்லாம் அமைப்பைப் பற்றியும் முஸ்லிம்களைப் பற்றியும் நீங்கள் அறிந்து கொள்ள வேண்டும் என்பதற்காக இங்கு எல்டர் மிஷாவ் அழைத்துள்ளார். ஓர் இறைவனை நாங்கள் வழிபடுகிறோம். அரபிப் பதமான 'அல்லாஹ்' என்ற சொல்லால் அந்த இறைவனை நாங்கள் அழைக்கிறோம்.

இறைத்தூதர் மோசஸ் வழிப்பட்ட, இறைத்தூதர் ஆபிரஹாம் வழிப்பட்ட அதே இறைவனைத்தான் நாங்களும் வழிபடுகிறோம்.

கண்ணுக்கு கண், பல்லுக்குப் பல் என மோசசுக்கு போதித்த அந்த இறைவன் மீதே நாங்கள் நம்பிக்கை வைத்துள்ளோம். ஒரு கன்னத்தில் அறைந்தால் மறு கன்னத்தைக் காட்டு என கறுப்பனுக்கு போதித்து விட்டு, வெள்ளையனுக்கு அப்படிப் போதிக்காத கடவுள் மீது நாங்கள் நம்பிக்கை வைக்கவில்லை.

கறுப்பர்கள் அடிமைத்தளையிலிருந்து விடுதலையடைந்து விடக்கூடாது என்பதற்காக அமைதியையும் சத்தியா கிரகத்தையும் போதிக்கும் சித்தாந்தத்தின் மீது நாங்கள் நம்பிக்கை வைக்கவில்லை. எத்தகைய வழிமுறைகளை மேற்கொண்டும், அடிமைத்தளையிலிருந்து விடுதலை பெற போதிக்கும் சித்தாந்தத்தின் மீதே நாங்கள் நம்பிக்கை கொண்டிருக்கிறோம்.

- *Church of God*, நியூயார்க், ஜூன் 19, 1961.

III

நேஷன் ஆஃப் இஸ்லாம் அமைப்பில் தொடர்ந்த வரை வெள்ளையர்களை எதிரிகளாகவே பாவித்து வந்தார் மால்கம். அதில் அவர் எந்த சமரசமும் செய்து கொண்டது கிடையாது. வெள்ளையர்களின் மதத்தை மட்டும் அவர் வெறுக்கவில்லை, வெள்ளையர்களின் நடை, உடை, பாவனை, கலாச்சாரம் அத்தனையையும் நிர்த்தாட்சண்யமின்றி வெறுத்தார். வெள்ளையர்களைப் போல மாற விரும்பிய கறுப்பர்களையும் அவர் அடியோடு வெறுத்தார்.

நமக்கு வெள்ளையர்கள் என்ன கற்றுக் கொடுத்திருக்கிறார்கள்? நமது பொதுப்புத்தியில் எதை ஏற்றி வைத்திருக்கிறார்கள்? கறுப்பர்கள் காடுகளில் வாழ்ந்த காட்டுவாசிகள், அவர்களைப் பிடித்து நாகரிகமானவர்களாக்கியது வெள்ளையர்கள்தான், வெள்ளையர்கள் போல நடந்து கொள்வதுதான் மேம்பட்ட வாழ்வு என நாம் எண்ணிக் கொண்டிருக்கிறோம்.

அமெரிக்காவில் உள்ள நம்முடைய மக்களை, ஆஃப்ரிக்காவை வெறுக்க வைத்ததன் மூலம், நம்மை நாமே வெறுக்கிறோம். நாம் ஆஃப்ரிக்க பண்புகளை வெறுத்தோம், ஆஃப்ரிக்க அடையாளத்தை வெறுத்தோம். ஆஃப்ரிக்க கூறுகளை வெறுத்தோம். நமது மூக்கின் தோற்றத்தை வெறுக்கும் கறுப்பர்களை அமெரிக்காவில் பார்க்கலாம். நம்முடைய உதடுகளின் வடிவத்தை நாம் வெறுக்கிறோம். நம்முடைய தோலின் நிறத்தையும் முடியின் அமைப்பையும் நாம் வெறுக்கிறோம். இது வலிந்து திணிக்கப்பட்டது, ஆனால் திணிக்கப்பட்டது என்பதை நாம் உணரவில்லை.

வெள்ளையர்களோடு 'ஒன்றிணைதலில்' நம்பிக்கை கொண்டவர்களிடம், வெள்ளையர்களை விட்டு 'பிரிந்து போவது' என்ற சிந்தனை உதிப்பது ஒருபக்கம் இருக்கட்டும், தங்களை கறுப்பர்களாகக் கூட அவர்கள் கருதுவதில்லை. அப்படி எண்ணிக் கொள்வதற்கே அவர்கள் கூச்சப்படுகின்றனர். அதேசமயம் தாங்கள் வெள்ளையர்கள் இல்லை என்ற உண்மையையும் அவர்களால் மறுக்க முடியவில்லை. வெள்ளையர்களாக முடியாது என்பதும் அவர்களுக்கு நன்றாகவே தெரியும். அதனால் 'கறுப்பர்கள்' என்பதற்கு பதிலாக, தங்களை 'நீக்ரோ - அமெரிக்க நீக்ரோ' என அழைத்துக் கொள்கின்றனர். அதாவது, தாங்கள் வெள்ளையர்களும் அல்ல, கறுப்பர்களும் அல்ல என வெளியுலகுக்கு தங்களை அறிமுகப்படுத்திக் கொள்கிறார்களாம்.

இப்படி வெள்ளையர்களாக மாறத் துடித்த கறுப்பர்களை அவர் கிஞ்சிற்றும் சகித்துக் கொள்ளவில்லை. வெள்ளை இனத்தின் மீதான மால்கமின் வெறுப்பு வெள்ளையர்களை நிலைகுலையச் செய்திருந்தது. கல்வி நிறுவனங்களிலும், வானொலி -

தொலைக்காட்சி விவாதங்களிலும் வெள்ளையர்களின் குரூரங்களை பட்டவர்த்தனமாக அவர் எடுத்து வைத்த போது நிர்வாணமாக்கப்பட்டதைப் போல வெள்ளையர்கள் உணர்ந்தனர். அதனால் 'வெறுப்பின் போதகர்' என்ற ஆயுதத்தை மால்கம் மீது வீசி தப்பிக்க முயன்ற வெள்ளையர்களை அந்த ஆயுதத்தைக் கொண்டே திருப்பித் தாக்கினார் மால்கம்.

கறுப்பர்களைக் கண்டாலே உங்களுக்கு வெறுப்பு கண்களில் தெறிக்கிறது. கறுப்பர்களை நீங்கள் வெறுத்து ஒதுக்கியது உலகத்தின் முன் அம்பலமானதை பொறுத்துக் கொள்ள இயலாமல், எங்களை பழிக்கிறீர்களா?

பாலியல் வன்முறைக்குள்ளாக்கப்பட்ட பெண்ணைப் பார்த்து, அந்தக் கொடூரத்தை நிகழ்த்திய காம வெறியன், "நீ என்னை வெறுக்கிறாயா?" என்று கேட்பது போல உள்ளது வெள்ளையனின் குற்றச்சாட்டு.

ஓநாய் ஆட்டைப் பார்த்து "என்னை வெறுக்கிறாயா?" என கேட்பது போன்றது வெள்ளையனின் குமுறல். கறுப்பர்களை கடத்தி வந்து, அவர்களை அடிமைகளாக அடக்கி ஒடுக்கிய வெள்ளையனுக்கு, 'வெறுப்பு' குறித்து பேச எந்த தார்மீக தகுதியும் கிடையாது.

வெள்ளையர்களில் நல்லவர்களே கிடையாதா, கறுப்பர்களின் உரிமைகளுக்காக சில லிபரல் வெள்ளையர்களும் குரல் கொடுக்கத்தானே செய்கின்றனர் என்ற கேள்விக்கு, கேள்வி கேட்டவரே வெட்கித் தலைகுனியும் அளவுக்கு பதில் அளித்தார் மால்கம்.

ஒரு சில கறுப்பர்களை வெள்ளை குழந்தைகள் படிக்கும் பள்ளிகளில் சேர்த்துக் கொண்டு, சில சட்டங்களை இயற்றி, கறுப்பர்களுக்கு மாபெரும் நன்மைகள் செய்துவிட்டதாக, அங்கிள் சாம்கள் உலகை நம்பவைக்க பார்க்கலாம். எதார்த்தத்தில் அமெரிக்காவில் வாழும் கறுப்பர்களுக்கு எந்த நன்மையையும், அங்கிள் சாம்கள் செய்ததில்லை.

என்னுடைய முதுகில் ஒன்பது அங்குலத்திற்கு கத்தியைக் குத்திய பின்பு, என் மீது இரக்கப்பட்டு ஆறு அங்குலத்திற்கு கத்தியை வெளியே எடுத்து விட்டு, எனக்கு நன்மை செய்து விட்டதாக சொல்கிறீர்கள். என் முதுகில் இருந்து கத்தியை முழுமையாக உருவினால்கூட, அது நன்மையாகுமா? காயங்களும் ரணங்களும் வடுக்களும் என் முதுகில் இருந்து கொண்டுதானே இருக்கும். ஒரு மனிதனை சட்டவிரோதமாக சிறைக் கொட்டடியில் அடைத்துவிட்டு, அவன் காலாற நடக்க அனுமதி கொடுப்பதை, சலுகை காட்டுவதாக எடுத்துக் கொள்ள முடியுமா? சிறையில் இருந்து விடுதலை செய்வதைக்கூட, பெரிய சலுகையாகச் சொல்ல முடியாதே. அவனை அநியாயமாக, சட்டவிரோதமாக சிறையில் தள்ளியதே மாபாதகம்தானே...

- மிச்சிகன் பல்கலைக் கழகம், ஜனவரி 23, 1963.

நேஷன் ஆஃப் இஸ்லாம் அமைப்பிலிருந்து மால்கம் வெளியேறிய பின்பு, வெள்ளையன் 'பிசாசு' என்ற நிலைப்பாட்டிலிருந்து கீழே இறங்கி வந்தார். மால்கமின் சிந்தனையில் மிகப் பெரிய தாக்கத்தை ஏற்படுத்தியது அவருடைய புனிதப் பயணமாகும். அதுவரையில் வெள்ளையன் என்பவன் கடவுளின் விரோதி, மனிதகுல விரோதி, வெள்ளையனின் உள்ளத்தில் நல்ல எண்ணங்கள் இருக்க வாய்ப்பே இல்லை என ஆணித்தரமாக நம்பிவந்த மால்கமின் சிந்தனையையே அசைத்துப் பார்த்தது அவரின் புனித பயணமாகும்.

1964 ஆம் ஆண்டு ஏப்ரல் 19-21 ஆம் தேதிகளில் அவர் புனித ஹஜ் பயணத்தை நிறைவு செய்தார். முஸ்லிம்கள் தங்கள் வாழ்நாளில் ஒருமுறையேனும் சென்றுவிட விரும்பும் சவூதி அரேபிய நாட்டின் புனித நகரான மக்கா நகருக்குச் செல்ல மால்கமுக்கு வாய்ப்பு கிடைத்தது. இந்தப் பயணம் அவருடைய வாழ்க்கையயே ஒட்டுமொத்தமாக புரட்டிப் போட்டது. வெள்ளையன் எதிரி கிடையாது, அவனுடைய இனத்துவப் பார்வையைத்தான் எதிர்க்க வேண்டும் என்ற புரிதலுக்கு அவரை நகர்த்தியது ஹஜ் வழிபாடு. மூர்க்கமாக ஒரு கொள்கையை பின்பற்றி வந்த நிலையில், அந்த வழித்தடத்தில் இருந்து மாறி வேறொரு பாதையில் பயணிக்க அவரின் பிடிவாதம்

தடுக்கவில்லை. குருட்டுத்தனமான பிடிவாதத்தை அவருடைய கூர்மையான அறிவு மிகைத்துவிட்டது.

> *உண்மையில் இந்தப் புனிதப் பயணத்தில் நான் கண்டுணர்ந்து அனுபவித்த அனைத்தும் என்னுடைய கருத்தியலை மறுவரையறை செய்ய கட்டாயப்படுத்தியுள்ளன, என்னுடைய முந்தைய முடிவுகளை ஒதுக்கித்தள்ள நிர்ப்பந்தப்படுத்தியுள்ளன.*
>
> *'உண்மைக்கு இணங்குதல்' என்பது எனக்கு கடினமானது கிடையாது, ஏனெனில், நான் எதில் நம்பிக்கை வைத்திருக்கிறேனோ அதில் உறுதியாக இருந்த போதிலும், எப்போதும் திறந்த மனதுடன் இருக்கவே முயற்சிக்கிறேன். உண்மைக்கான அறிவார்ந்த தேடலைக் கொண்ட எவருடனும் கைகோர்த்துச் செல்ல வேண்டிய நெகிழ்வுத் தன்மையை பிரதிபலிக்க இந்த தன்மை முற்றிலும் அவசியம்.*

'கறுப்பின மேலாதிக்கம்' மீது பற்று கொண்டு, தீவிர இனத்துவப் பார்வையோடு களமாடி வந்த மால்கம், அதனை கைவிட்டு 'மனித குலம்' என்ற பரந்த பார்வைக்குள் அவரை இழுத்து வந்தது புனித பயணம்தான். இன இழிவு ஒழிய இஸ்லாம் ஒன்றே வழி என கறுப்பர்களிடம் பிரச்சாரம் செய்த மால்கமுக்கு, வெள்ளையர்களிடம் குடிகொண்டுள்ள இனவெறியும் மேலாதிக்கப் பார்வையும் ஒழிய அவர்களும் இஸ்லாத்தை ஏற்றுக் கொள்வது ஒன்றே வழி என்ற பரந்த பார்வையைக் கொடுத்தது புனித பயணம்தான்.

புனித ஹஜ் பயண கிரியைகளை முடித்து விட்டு, அமைதியான மனநிலையில் தெளிந்த பார்வையோடு மானுட விடுதலையை விசுவாசித்தவனாக, அமெரிக்காவில் உள்ள தன்னுடைய தொண்டர்களுக்கு அவர் எழுதிய கடிதம் இப்படி சிறகடிக்கிறது:

> *மிக்க கண்ணியம் பொருந்திய நகரத்துக்கு நான் மேற்கொண்ட புனித பயணம் எனக்கு தனித்துவமான அனுபவங்களை பெற்றுத் தந்துள்ளது. என்னுடைய பெருங் கனவுகளையும் தாண்டி, நான் எதிர்பார்த்திராத பற்பல பேரருளை பெற்றுக் கொண்டவனாக இந்தப் புனித பயணம் எனக்கு அமைந்தது.*

ஜித்தாவுக்கு வந்தவுடனேயே, (சவூதி அரேபிய நாட்டின்) ஆட்சியாளர் இளவரசர் முஹம்மது ஃபைசலின் விருந்தினராக கவுரவிக்கப்பட்டேன். பின்பு நடந்தவைகளை விவரிக்க பல புத்தகங்கள் எழுத வேண்டும். அரசு விருந்தினரான பின், புனித நகரில் ஹஜ் கிரியைகளை நிறைவேற்ற சென்று வர தனி வாகனம், ஓட்டுநர், வழிகாட்டி போன்ற உபசரிப்புகளோடு ஜித்தாவின் பிரபல ஹோட்டலில் தங்க வைக்கப்பட்டேன்.

இந்த அளவுக்கு நான் ஒரு போதும் கவுரவிக்கப்பட்டதில்லை. இவ்வளவு கவுரவமும் மரியாதையும் என்னை தகுதியற்றவனாகவும் தாழ்மையானவனாகவும் உணர வைக்கிறது. இத்தகைய ஆசிர்வாதம் ஓர் அமெரிக்க நீக்ரோவுக்கு கிடைக்கும் என்பதை யார்தான் நம்புவார்கள்!

முஸ்லிம் உலகில், ஒருவர் இஸ்லாத்தை தன்னுடைய வாழ்க்கை நெறியாக ஏற்றுக் கொண்ட பின், வெள்ளையர் - கறுப்பர் என்ற அடையாளங்களை கைவிட்டு, மனிதனை மனிதனாக அங்கீகரிக்க கற்றுக் கொடுக்கிறது இஸ்லாம். ஏனெனில், இங்குள்ள மக்கள் ஓரிறைவனை நம்புவதோடு, அனைவரும் ஓரினம் என்பதன் மீது நம்பிக்கை கொண்டு, அனைவரையும் சகோதர, சகோதரிகளாக ஒரே குடும்பமாக பாவிக்கின்றனர்.

மனம் நிறைந்த விருந்தோம்பல் பண்பையும் உண்மையான சகோதரத்துவ அன்பையும் இங்கு அரேபியாவில் நான் பார்த்தது போல வேறு எங்கும் இதற்கு முன்பு பார்த்தது கிடையாது.

உண்மையில் இந்தப் புனிதப் பயணத்தில் நான் கண்டுணர்ந்து அனுபவித்த அனைத்தும் என்னுடைய கருத்தியலை மறுவரையறை செய்ய கட்டாயப்படுத்தியுள்ளன, என்னுடைய முந்தைய முடிவுகளை ஒதுக்கித் தள்ள நிர்ப்பந்தப்படுத்தியுள்ளன.

'உண்மைக்கு இணங்குதல்' என்பது எனக்கு கடினமானது கிடையாது, ஏனெனில், நான் எதில் நம்பிக்கை வைத்திருக்கிறேனோ அதில் உறுதியாக இருந்த போதிலும்,

எப்போதும் திறந்த மனதுடன் இருக்கவே முயற்சிக்கிறேன். உண்மைக்கான அறிவார்ந்த தேடலைக் கொண்ட எவருடனும் கைகோர்த்துச் செல்ல வேண்டிய நெகிழ்வுத் தன்மையை பிரதிபலிக்க இந்த தன்மை முற்றிலும் அவசியம்.

உலகின் ஒவ்வொரு பகுதியிலிருந்தும் அனைத்து நிறங்களைச் சேர்ந்த முஸ்லிம்கள் இங்கு வந்திருந்தனர். மக்காவில் கடந்த சில தினங்களில், ஹஜ் கிரியைகளின் போது, அரசர்களுடன், அதிகாரம் மிக்கவர்களுடன், ஆட்சியாளர்களுடன் சேர்ந்து ஒரே தட்டில் உணவருந்தியிருக்கிறேன். ஒன்றாக உறங்கியிருக்கிறோம்.

வெள்ளையர்களான சக முஸ்லிம்கள் என்னை அவர்களுடைய சகோதரரைப் போலவே பார்த்தனர். ஏனெனில் ஓரிறைவனான அல்லாஹ்வின் மீதான அவர்களுடைய நம்பிக்கை, வெள்ளை நிறம் மேன்மையான நிறம் என்ற எண்ணத்தை அவர்களின் உள்ளங்களிலிருந்து அகற்றி விடுகிறது. இதனால், அனைத்து வகையான இன, நிற மக்கள் தங்களுக்கிடையிலான வேறுபாடுகளை கைவிட்டு, இயல்பாகவே தங்களை சகோதர, சகோதரிகளாக பாவித்துக் கொள்கின்றனர். ஓரிறைவன் மீதான முஸ்லிம்களின் நம்பிக்கை, அமெரிக்க வெள்ளையர்களிடமிருந்து அவர்களை வித்தியாசப்படுத்திக் காட்டுகிறது. அதனால் வெள்ளையாக உள்ள முஸ்லிம்களை கையாள்வதில் நிறம் எனக்கு ஒரு பொருட்டாக தெரியவில்லை.

ஓரிறைவன் மீதான அவர்களின் உறுதியான நம்பிக்கை, அனைத்து மக்களையும் சமமாக பார்க்கும் பார்வையைக் கொடுத்துள்ளது. இந்தப் பார்வை இஸ்லாத்தை ஏற்றுக் கொண்ட வெள்ளையர்களிடமும் உள்ளது. அவர்கள் வெள்ளையர் அல்லாதவர்களை சகோதரர்களாகவே பாவிக்கின்றனர்.

வெள்ளை அமெரிக்கர்களும் இஸ்லாமிய மார்க்கத்தை தழுவி ஓரிறைவனான அல்லாஹ்வை ஏற்றுக் கொண்டால், மனிதகுலம் ஒன்றே என்பதை அங்கீகரித்து, நிறத்தின் அடிப்படையில் மனிதர்களை அளவிடுவதை அவர்கள் நிறுத்தலாம்.

இப்போது, அமெரிக்க தேசத்தில் இனவெறி என்பது குணப்படுத்த முடியாத புற்றுநோயைப் போல பீடித்துள்ள நிலையில், இனப் பிரச்சினைக்கு ஏற்கனவே நிரூபிக்கப்பட்ட தீர்வாக இருக்கும் இஸ்லாத்திற்கு மிகவும் பொருத்தமானவர்களாக அனைத்து அமெரிக்கர்களும் இருக்கிறார்கள்.

அமெரிக்க வெள்ளையர்கள் இஸ்லாத்தை தழுவிக் கொண்டால் இனப்பிரச்சினை நொடியில் தீர்ந்து விடும் என்று கூறிய மால்கம், சர்வதேச அளவில் மனித மோதல்களுக்கு காரணமாக இருக்கும் ஏற்றத் தாழ்வுகளுக்கு இஸ்லாம் மார்க்கம் மட்டுமே தீர்வை வழங்குவதாக உறுதியாக நம்பினார். புனித ஹஜ் பயணத்திலும் மத்திய கிழக்கு நாடுகளில் மேற்கொண்ட பயணத்தின் போதும் அவர் சந்தித்த வெள்ளை முஸ்லிம்கள், அமெரிக்க வெள்ளையர்களைப் போலவே தோலின் நிறம் உடையவர்களாக இருந்த போதிலும் அவர்கள் தன்னிடமோ அந்தந்த நாடுகளில் வசிக்கும் கறுப்பர்களிடமோ பாகுபாடு காட்டியதில்லை என்பது மால்கமை வெகுவாகக் கவர்ந்துவிட்டது. மட்டுமல்ல, இன வெறுப்பின்றி இரண்டு சமூகமும் கலந்து வாழ முடியும் என்ற உண்மையையும் கண்டுணர்ந்தார். கணவன் - மனைவி கூட வெவ்வேறு இன, நிறத்தைச் சேர்ந்தவர்களாக இருக்க முடியும் என்பதை அறிந்து வியப்பில் ஆழ்ந்த மால்கம், இனத்துவப் பார்வையை அடியோடு கைவிட்டார். அமெரிக்கா திரும்பிய பின், வெள்ளையன் கறுப்பர்களின் எதிரி என்ற பிரச்சார ஆயுதத்தைக் கைவிட்டார்.

அப்படியானால், வெள்ளையர்களோடு சமரசம் செய்து கொண்டு, குடியுரிமை அமைப்புகளின் போராட்டங்களில் பங்கேற்று கரைந்து போனாரா? அப்படிச் செய்திருந்தால் அவர் சுகமாக வாழ்ந்திருக்கலாமே... ஏன் கொல்லப்படப் போகிறார்? வெள்ளையன் எதிரி கிடையாதுதான், ஆனால் வெள்ளை இனவெறியர்களை எப்படி எதிர்கொள்வது, அவர்களை என்ன செய்வது? தான் இனத்துவப் பார்வையைக் கைவிட்டதால், வெள்ளை இனவெறியர்கள் அனைவரும் சாந்த சொரூபிகளாகி விடுவார்களா? புனித ஹஜ் பயணத்தை முடித்துவிட்டு திரும்பிய அவரிடம் பத்திரிகையாளர்கள் கேட்ட கேள்விகளுக்கு அவர்

அளித்த பதில்களில் இருந்து அவருடைய இலக்கும் பாதையும் மிகத் தெளிவாகப் புலப்பட்டன.

■ **செய்தியாளர்:** உங்களுடைய வெளிநாட்டுப் பயணத்தில் சகோதரத்துவ உணர்வை பெற்றது குறித்து சிலாகித்து கடிதம் எழுதியிருந்தீர்கள். வெள்ளையர்களோடு 'ஒன்றிணைதல் (Integration)' கொள்கையை நோக்கி நீங்கள் நகர்வதை, உங்களுடைய முந்தைய கருத்தோடு எப்படி எடுத்துக் கொள்வது?

மால்கம் X: 'ஒன்றிணைதல்' கொள்கையை நோக்கி செயல்படுவது பற்றி குறிப்பிட்டதாக நான் நினைக்கவில்லை. மக்காவில் புனிதக் கடமையை நிறைவேற்றிய தருணத்தில், அங்கு பல்வேறு நிற, இனங்களைச் சேர்ந்த மக்கள் இருந்தனர். அவர்களுக்கிடையே சகோதரத்துவம் இருந்தது. தங்களுக்கிடையிலான பிரிவினையை போக்கி, சகோதரத்துவத்தை கைக்கொள்ள இஸ்லாம் அவர்களை பயிற்றுவித்திருந்தது. இனவெறியை இஸ்லாம் துடைத்தெறிந்திருப்பது பற்றி, அமெரிக்க சமூகம் அறிந்து கொள்வது நல்லது. அமெரிக்க சமூகத்திலிருந்தும் இனவெறியை விரட்ட இஸ்லாம் உதவலாம். நேஷன் ஆஃப் இஸ்லாம் அமைப்பில் பணியாற்றிய போது, 'ஒன்றிணைதல்' கொள்கைக்கு எதிராக தீவிரமாக பேசி வந்த நான், தற்போது வெள்ளையர்களை பிசாசு என அழைக்க தேவையில்லை என்ற நிலைப்பாட்டை எடுத்திருப்பதால், 'ஒன்றிணைதல்' கொள்கையை ஆதரிப்பதாக அர்த்தம் கொள்ள தேவையில்லை.

■ **செய்தியாளர்:** ஆஃப்ரிக்கா மற்றும் மத்திய கிழக்கு நாடுகளில் உள்ள வெள்ளைத் தோல் முஸ்லிம்கள் வெளிப்படுத்திய சகோதரத்துவத்தை சுட்டிக்காட்டினீர்கள். இதேபோல, இங்குள்ள வெள்ளையர்கள் முஸ்லிம்களாக இல்லாத நிலையில், கறுப்பர்களுடன் சகோதரத்துவ உறவை வெளிப்படுத்த சாத்தியமுள்ளதா?

மால்கம் X: நான் புனித பயணத்தில் இருந்த போது, வெள்ளையர்களைப் போல தோற்றமளிக்கும் முஸ்லிம்களுடன் அங்கு நெருங்கிப் பழகினேன். அந்த தோற்றமுள்ளவர்கள்

அமெரிக்காவில் இருந்தால், அவர்களை வெள்ளையர்கள் என்றே வகைப்படுத்துவோம். ஆனால், அந்த முஸ்லிம்கள் தங்களை வெள்ளையர்கள் என சொல்லிக் கொள்ளவில்லை. தங்களை மனித குலத்தின் ஒரு பகுதியாகத்தான் கருதினார்கள். அதனால் மற்றவர்களையும் அதன் பகுதியாகவே அவர்கள் பாவித்தனர். ஆனால் அமெரிக்காவில் வெள்ளைத் தோல் கொண்டவர்களிடம் இதை எதிர்பார்க்க முடியாது. ஏனெனில், இஸ்லாம்தான் வெள்ளைத் தோல் கொண்டவர்களிடம் இந்த மாற்றத்தை ஏற்படுத்தியிருக்கிறது. அதனால்தான் சொல்கிறேன், அமெரிக்காவில் உள்ள வெள்ளையர்கள் இஸ்லாத்தை கற்க வேண்டும். அப்படி கற்றால், அவர்களிடமும் மாற்றம் ஏற்படலாம்.

■ **செய்தியாளர்:** கடந்த காலத்தில் கடுமையான விரோதத்தை நீங்கள் வெளிப்படுத்தியிருந்த போதிலும், உங்களுடைய நிலைப்பாட்டில் மாற்றம் ஏற்பட்டுள்ளதால், தற்போது உங்கள் மீது அதிகம் கவனம் குவிக்கப்படுவதை நீங்கள் உணர்கிறீர்களா?

மால்கம் X: *ஒரு விஷயத்தை தெளிவுபடுத்த நான் விரும்புகிறேன். வெள்ளையர்கள் எனக்கு எவ்வளவு மரியாதை தருகிறார்கள், வெள்ளையர்கள் என்னை எவ்வளவு தூரம் அங்கீகரிக்கிறார்கன் என்பது ஒரு பொருட்டே அல்ல. இதே மரியாதையும் அங்கீகாரமும் அமெரிக்காவில் உள்ள ஒவ்வொரு கறுப்பனுக்கும் வெள்ளையன் தர வேண்டும். அப்படி இல்லாவிட்டால் என்னை மட்டும் கொண்டாடி என்ன பயன்?*

■ **செய்தியாளர்:** அல்ஹாஜ் மாலிக் அல் ஷாபாஸ் என்ற உங்களுடைய புதிய அரபு பெயரால் மக்கள் குழப்பமடைந்துள்ளனரே...

மால்கம் X: *மாலிக் அல் ஷாபால் என்பது என்னுடைய பாஸ்போர்ட்டில் குறிப்பிடப்பட்டிருக்கும் பெயர். முஸ்லிம் உலகில் பயணிக்கும் போது நான் இதனைப் பயன்படுத்துகிறேன். அதிகாரப்பூர்வமாக ஹஜ் யாத்திரையை நிறைவு செய்தவர்களை அல்ஹாஜ் என்றழைக்கின்றனர்.*

- **செய்தியாளர்:** இதுவரை பயன்படுத்தி வந்த X-க்குப் பதிலாக இனிமேல் ஷாபாஸ் என்ற பெயரை தொடர்ந்து பயன்படுத்த போகிறீர்களா?

    மால்கம் X: மால்கம் X என்ற பெயரையே தொடர்ந்து பயன்படுத்துவேன். X என்ற எழுத்தை பயன்படுத்துவதற்கான காரணம் அமெரிக்க சூழலில் நிலவும் காலமெல்லாம் அதனைப் பயன்படுத்துவேன்.

- **செய்தியாளர்:** X என்ற எழுத்தை எடுத்துவிட்டு ஷாபாஸ் என்ற வார்த்தையை பயன்படுத்தும் சூழல் இருப்பதாக நாங்கள் உணரவில்லை...

    மால்கம் X: நான் மக்காவுக்கு சென்று, ஆஃப்ரிக்காவும் முஸ்லிம் உலகமும் என்னை முஸ்லிமாக, தங்கள் சகோதரனாக அங்கீகரித்த போது, தனிப்பட்ட முறையில் என்னுடைய பிரச்சினை தீர்ந்திருக்கலாம். ஆனால், இந்த நாட்டில் கறுப்பர்கள் அனைவரின் பிரச்சினைகளும் தீர்க்கப்படாத வரையில் என்னுடைய தனிப்பட்ட பிரச்சினை தீர்ந்ததாக நான் கருத மாட்டேன். என்னுடைய மக்களின் அநீதிக்கெதிரான போராட்டம் தொடரும் காலம் வரையிலும் நான் மால்கம் X ஆகத்தான் இருப்பேன்.

புனித ஹஜ் பயணம் இனத்துவப் பார்வையை கைவிட வலியுறுத்தியதே தவிர, தன்னுடைய நிலைப்பாட்டில் எள்ளளவும் சமரசம் செய்து கொள்ள மால்கமை நிர்ப்பந்திக்கவில்லை. அமெரிக்காவில் வெள்ளையர்களுக்கு இணையாக கறுப்பர்களும் மதிக்கப்படும் காலம் வரை தன்னுடைய போராட்டம் தொடரும் என்பதில் மால்கம் உறுதியாக இருந்தார். உயிருக்கும் வாழ்வாதாரத்துக்கும் உத்தரவாதம் கிடைக்க வேண்டுமென்றால், கறுப்பர்கள் 'தற்காப்பு' நடவடிக்கைகளில் கவனம் செலுத்த வேண்டும் என்ற நிலைப்பாட்டிலும் மால்கம் உறுதியாக இருந்தார். மேலே குறிப்பிட்ட பத்திரிகையாளர் சந்திப்பில் கேட்கப்பட்ட கேள்வி ஒன்றிற்கு அவர் அளித்த பதில்...

- **செய்தியாளர்:** மால்கம்... துப்பாக்கி வைத்துக் கொள்வதற்கும், ரைஃபிள் கிளப்களை (துப்பாக்கி வைத்திருப்போர் சங்கம்) உருவாக்குவதற்கும் நீங்கள் விடுத்த அழைப்பு

சர்ச்சைக்குள்ளானது... இப்போதும் தற்காப்புக்காக அந்த நிலைப்பாட்டை ஆதரிக்கிறீர்களா?

மால்கம் X: அதை ஏன் சர்ச்சைக்குரிய கருத்தாக பார்க்கிறீர்கள் என தெரியவில்லை. கறுப்பர்கள் எதிர்கொள்ளும் ஒடுக்குமுறைகளைப் போல, வெள்ளையர்கள் எதிர்கொண்டு, அப்போது அரசாங்கம் போதுமான நடவடிக்கை எடுக்கவில்லை என வெள்ளையர்கள் உணர்வதாக கற்பனை செய்து கொள்ளுங்கள். அந்தச் சூழலில் வெள்ளையர்கள் தங்களைத் தாங்களே பாதுகாத்துக் கொள்ள துப்பாக்கிகளை வைத்துக் கொள்ளும் முடிவை எடுத்தால் அதை புத்திசாலித்தனம் என எடுத்துக் கொள்வீர்கள்தானே... அதே புத்திசாலித்தனத்தை கறுப்பர்கள் இப்போதுதான் அடைந்திருக்கிறார்கள். அரசு நம்மை பாதுகாக்கும் என காத்திருப்பது வீண் என்பதை உணர்ந்த அவர்கள், அரசாங்கம் தராத பாதுகாப்பை நாமே செய்ய வேண்டும் என அவர்கள் முடிவெடுத்திருக்கிறார்கள்.

ஒரு கொள்கையோ மதமோ அமைப்போ உயிர்த்துடிப்போடு இயங்க, குறைந்தபட்சம் உயிரோடு இருக்க அதனைப் பின்பற்றுபவர்கள் இருக்க வேண்டும். பின்பற்ற யாருமே உயிரோடு இல்லாத நிலையில் எத்தகைய உயர்ந்த கொள்கையாக இருந்தாலும் அந்தக் கொள்கையால் யாருக்கு என்ன பயன்? உயிர் அச்சத்தோடு வாழும் நிலையில் முன்னேற்றம் குறித்தோ அரசியல் அதிகாரம் குறித்தோ சிந்திக்கக்கூட முடியாது. இனவெறியர்கள் எப்போது இனப் படுகொலைகளை நிகழ்த்துவார்களோ என அச்சத்தில் வாழும் மக்களுக்கு உடனடி தேவை தற்காப்புதான். அதனால்தான் தன்னுடைய போராட்டக் காலம் முழுவதும், கறுப்பர்கள் தற்காப்பில் தன்னிறைவடைய வேண்டுமென்பதில் உறுதியாக இருந்த மால்கம், செல்லுமிடங்களிலெல்லாம் கறுப்பர்கள் மத்தியில் உரையாற்றும் போது இதனை நினைவுபடுத்த அவர் தவறியதில்லை.

நேஷன் ஆஃப் இஸ்லாம் அமைப்பிலிருந்து வெளியேறிய பின்பு, 'கறுப்பின தேசியவாதம்' என்ற சித்தாந்தத்தை முன்வைத்து கறுப்பின முஸ்லிம்களுக்காக, 'முஸ்லிம் பள்ளிவாசல் கூட்டமைப்பு' (Muslim Mosque Incorporate - MMI) என்ற

புதிய இயக்கத்தை தொடங்கிய போது பத்திரிகையாளர்கள் மத்தியில் பேசிய மால்கம்,

> *எங்களுடைய அரசியல் நிலைப்பாடு, 'கறுப்பின தேசியவாதம்' ஆகும். எங்களுடைய சமூக, பொருளாதார சித்தாந்தம் 'கறுப்பின தேசியவாதம்' ஆகும். எங்களுடைய கலாச்சார அடையாளமும் 'கறுப்பின தேசியவாதம்' தான்.*

என்று குறிப்பிட்டு விட்டு தற்காப்பு குறித்தும் விளக்கமளித்தார்.

> *ஒருவன் கடுமையான அடக்குமுறைக்கு உள்ளாகும் போது, அதனை எதிர்க்காமல் அமைதி காக்க வேண்டும் என கூறுவது சட்டப்படி குற்றமாகும். துப்பாக்கி வைத்துக் கொள்வது சட்டப்படி அனுமதிக்கப்பட்டதுதான். சட்டத்திற்குட்பட்டு நடப்பதில் நம்பிக்கை வைக்க வேண்டும்.*
>
> *துப்பாக்கி வைத்திருப்போர் சங்கத்தை (ரைஃபிள் கிளப்) நாம் உருவாக்க வேண்டும். நம்முடைய மக்கள் பாதிக்கப்படும் போது, அப்பகுதியில் அரசு பாதுகாப்பு வழங்க தவறி, நம்முடைய வாழ்வும் வாழ்வாதாரமும் பாதிக்கப்படும் போது நம்மை நாமே பாதுகாத்துக் கொள்ள ரைஃபிள் கிளப்கள் உதவும். இப்படியான இக்கட்டான சூழல் கடந்த காலங்களில் பல்வேறு நகரங்களில் ஏற்பட்டுள்ளது. நாய்களை ஏவிவிட்டு கறுப்பர்கள் மீது அடக்குமுறையை ஏவும் போது, அந்த நாய்களை கொல்வதற்கு நமக்கு உரிமை உள்ளது.*
>
> *நாம் அமைதியாக சட்டத்திற்கு கீழ்ப்படிந்து வாழ வேண்டும். அதேசமயம், அநியாயமாக, சட்டத்திற்கு புறம்பாக நீக்ரோக்கள் தாக்கப்படும் போது, தற்காப்புக்காக திருப்பித் தாக்குவதை சரியென்றே நான் கருதுகிறேன். நான் சொல்வது தவறு என அரசு கருதினால், அரசு தன்னுடைய கடமையைச் செய்யட்டும்.*
>
> *- மார்ச் 12, 1964 - பார்க் ஷெரட்டன் ஹோட்டல், மன்ஹாட்டன், நியூயார்க்.*

கடந்த நூற்றாண்டில் 100 சிறந்த அமெரிக்க பேச்சாளர்களின் பட்டியலில் 6 ஆவது இடம் பிடித்திருக்கிறார் மால்கம் X.

தேர்தல் ஓட்டா, துப்பாக்கி வேட்டா? (*The Ballot or the Bullet*) என்ற தலைப்பிலான அந்தப் புகழ்பெற்ற உரையிலும்கூட தற்காப்பு பற்றி குறிப்பிட அவர் தவறவில்லை.

துப்பாக்கி பற்றி எழுந்துள்ள விவாதம் பற்றி இறுதியாகவும் உறுதியாகவும் ஒன்றைச் சொல்லிக் கொள்கிறேன். நீக்ரோக்களின் உயிரையும் உடைமைகளையும் பாதுகாக்க அரசுக்கு விருப்பமில்லாத போது அல்லது பாதுகாக்க தவறும்போது நீக்ரோக்களே அவற்றை பாதுகாத்துக் கொள்ள வேண்டும் என்று நான் எப்போதும் சொல்லி வந்துள்ளேன்.

அமெரிக்க அரசியல் சாசன சட்ட திருத்தத்தில் விதி இரண்டில், துப்பாக்கி வைத்துக் கொள்ள அனைத்து குடிமகனுக்கும் உரிமை உள்ளது என்று குறிப்பிடப்பட்டுள்ளது. அரசியல் சாசனப்படி துப்பாக்கி வைத்துக் கொள்வது சட்டத்திற்குட்பட்டதுதான். துப்பாக்கி வைத்துக் கொள்ள சட்டம் அனுமதியளித்திருப்பது என்பது, உடனே ஒரு படையை உருவாக்கி வெள்ளையர்களைத் தாக்க வேண்டும் என பொருளல்ல. இதனை நீங்கள் புரிந்து கொண்டிருப்பீர்கள் என நான் நம்புகிறேன். சட்டவிரோதமாக நாம் எதுவும் செய்யப் போவதில்லை. கறுப்பர்கள் துப்பாக்கி வாங்குவதை வெள்ளையர்கள் விரும்பவில்லை என்றால், அரசே கறுப்பர்களுக்கு துப்பாக்கிகளை வழங்க வேண்டும்.

ரைஃபிள் கிளப்களை உருவாக்குவதென்பது, சுட்டுக் கொல்வதற்காக மக்களை தேடித் திரிவதற்கல்ல. நீங்களும் மனிதர்கள்தான் என்பதை அவர்களுக்கு தெரியப்படுத்துங்கள்.

பட்ஜெட் முழுவதையும் பாதுகாப்பு துறைக்கு செலவழித்து விட்டு, நம்முடைய வரிப் பணத்தில் நமக்கு பாதுகாப்பு அளிக்க முடியவில்லை என்றால், நாமே ஒரு சில டாலர்களை — துப்பாக்கிகளின் வகைகளுக்கு ஏற்ப — செலவழித்து நம்மை நாமே பாதுகாத்துக் கொள்வோம்.

- ஏப்ரல் 3, 1964, கிளீவ்லேண்ட், ஓஹியோ

இரண்டு மாதங்களுக்கு முன்பு, கறுப்பின முஸ்லிம்களுக்காக 'முஸ்லிம் பள்ளிவாசல் கூட்டமைப்பு' (*Muslim Mosque*

Incorporate - MMI) என்ற புதிய இயக்கத்தை தொடங்கிய நிலையில், அனைத்து அமெரிக்க கறுப்பர்களுக்காகவும் மதச்சார்பற்ற அமைப்பாக ஆஃப்ரிக்க - அமெரிக்கர் ஒற்றுமைச் சங்கத்தை (Organization of Afro American Unity - OAAU) ஜூன் 28 ஆம் தேதி (1964) தொடங்கினார் மால்கம். அந்தப் புதிய அமைப்பின் ஆறு அம்ச அடிப்படை கொள்கைகளில் தற்காப்பையும் ஓர் அம்சமாக சேர்த்திருந்தார்.

தற்காப்பு என்பது இயற்கையின் முதல் விதி என்ற அடிப்படையில் ஆஃப்ரிக்க அமெரிக்கர்கள் தங்களை தற்காத்துக் கொள்ளும் உரிமையை வலியுறுத்துகிறோம்.

துப்பாக்கி, கம்பு உள்ளிட்ட ஆயுதங்களைக் கொண்டு சுயமாக எங்களை நாங்களே பாதுகாத்துக் கொள்வது அமெரிக்க ஐக்கிய அரசின் சட்ட விதிமுறைகளுக்கு முரணானது கிடையாது, அரசியல் சாசனத்தில் வழங்கப்பட்டுள்ள அந்த உரிமையை விட்டுக் கொடுக்க முடியாது.

இஸ்லாமும் புனித ஹஜ் பயணமும் மால்கமின் பார்வையை விரிவுபடுத்தியிருந்தாலும் அமெரிக்க சமூகத்தில் புரையோடிப் போயிருந்த சூழலை ஒருபோதும் அவர் மறக்கவில்லை. இனவெறி அச்சுறுத்தல் தொடர்ந்து நிலவி வரும் எதார்த்தத்தை கணக்கில் கொள்ள அவர் தவறவில்லை. வெள்ளை லிபரல்களின் பேச்சை நம்பி, தற்காப்பு என்ற அம்சத்தை விட்டுக் கொடுத்து அவர் விலைபோகவும் இல்லை. இனவெறி புரையோடிப் போயிருந்த போராட்டக் களத்தின் மத்தியில் தான் நிற்பதை எப்போதும் அவர் நினைவில் வைத்தே தன்னுடைய போராட்டத்தை முன் நகர்த்தினார்.

நான் முஸ்லிமாக இருப்பதால், மனிதர்களின் தோலின் நிறத்தை வைத்து பேதம் பார்ப்பதில்லை, இஸ்லாம் அப்படிப் பார்ப்பதிலிருந்து என்னைத் தடுக்கிறது. அதேசமயம், நான் எதார்த்தத்தை விட்டு விலக விரும்பவில்லை. சகோதரத்துவத்தை எந்த வகையிலும் ஏற்றுக் கொள்ளாத ஒரு சமூகத்தில் - அமெரிக்கச் சமூகத்தில் நான் வாழ்ந்து வருகிறேன். வெள்ளையர்கள் தவிர்த்த பிற இன மக்களை, மிருகத்தனமாக வெள்ளை இனம் ஒடுக்கி வருகிறது.

இனப்பாகுபாடு காட்டும் இனவெறியர்களால் ஆளப்படும் சமூகம்தான் அமெரிக்க சமூகமாகும்.

- *London School of Economics*, பிப்ரவரி 11, 1965.

பாதையும் பயணமும் வழிச்சாதனங்களும் காலத்திற்கேற்ப மாறலாம். போராட்ட நிலத்தின் சூழலுக்கேற்ப மாற்றிக் கொள்ளலாம். மாற்றத்தை எதிர்கொள்ளவோ, சுவீகரிக்கவோ தயங்கவோ தாமதிக்கவோ கூடாது. ஆனால் இலக்கு மட்டும் மாறக்கூடாது என்பதில் மால்கம் உறுதியாக இருந்தார்.

◉

5

வியூக வகுப்பும் நிகழ்ச்சி நிரலும்

நம்முடைய மக்களிடம் நாம் போதிக்க விரும்பும் தத்துவம் இதுதான்: நாம் அவர்களுக்கு ஒரு செயல் திட்டத்தை வழங்கத் தேவையில்லை. அவர்கள் சிந்திக்கத் தொடங்குவதற்கான உள்ளீடுகளைக் கொடுக்க வேண்டும். அதனைப் பெற்றுக் கொள்ளும் அவர்கள், தங்களுக்கு உகந்த வழியில் சிந்திக்கத் தொடங்குவார்கள். பின்னர், மாறுவேடம் பூண்டிருக்கும் தற்போதைய சூழலை அவர்கள் சரியாக புரிந்து கொள்வார்கள். இந்தச் சூழலுக்கு காரணம் வேறொருவர் எழுதிய ஸ்கிரிப்ட் என்பதைப் புரிந்து கொண்டு, அந்த ஸ்கிரிப்ட்டைக் கிழித்தெறிவதோடு, தங்களுக்கான புதிய ஸ்கிரிப்ட்டை தாங்களே எழுதுவார்கள். உங்களுக்கான ஸ்கிரிப்ட்டை நீங்கள் எழுதும் போது, பிறர் எழுதிய ஸ்கிரிப்ட்டுக்கு செயல்படுவதைவிட, நீங்கள் ஊக்கமாக செயல்படுவீர்கள் என பந்தயமே கட்டலாம்.

— மால்கம் X

I

அமெரிக்காவில் 400 ஆண்டுகளாக தொடரும் அடிமைத்தனம் 'உடனே' ஒழிக்கப்பட வேண்டும் என மால்கம் X விரும்பினார். எந்த வழிமுறையைப் பின்பற்றியாவது கறுப்பர்களை, சக உயிரினமாக வெள்ளையர்கள் மதிக்க வேண்டும், இனப்பாகுபாடு இல்லாத சமுதாயமாக அமெரிக்க சமூகம் மிளிர வேண்டும் என விரும்பினார். படிப்படியாக இந்த மாற்றம் நிகழும் என்ற நம்பிக்கைக்கு மாறாக, அமெரிக்காவில் ஒரு புரட்சி வெடித்து உடனடி மாற்றம் ஏற்பட்டாலொழிய இது சாத்தியமில்லையென அவர் நம்பினார். அதனால்தான் ரஷ்ய, சீன புரட்சிகளை முன்னுதாரணமாகக் காட்டி அமெரிக்க கறுப்பர்களும் புரட்சிக்கு தயாராக வேண்டுமென மன்றாடினார்.

ஆனால், அமெரிக்க கறுப்பர்களின் சிந்தனை அதுவரை எப்படி இருந்தது என்றால், அமெரிக்கா என்பது வெள்ளையர்களின் பூர்வீக தேசம், ஒரு காலத்தில் வெள்ளையன் நம்மை ஆஃப்ரிக்காவிலிருந்து கடத்தி வந்திருக்கலாம், அதற்காக நாம் மீண்டும் ஆஃப்ரிக்காவுக்கா திரும்பச் செல்ல முடியும்? அதனால், அமெரிக்க குடிமகன்களுக்கான உரிமைகளை வெள்ளை ஆட்சியாளர்களிடம் கேட்டுப், போராடிப் பெறுவதே சரி என கறுப்பர்கள் நம்பி வந்தனர். அமைதி வழியில், அகிம்சை வழியில் போராட்டங்களைத் தொடர்ந்தனர். இனப்பாகுபாடு காட்டினாலும்கூட வெள்ளையர்களோடு ‘ஒன்றிணைந்து’ வாழ்வதற்கான அறப் போராட்டங்களில் அவ்வப்போது தீர்வு கிடைக்கத்தான் செய்தது. எனவே அந்த வழியிலேயே போராட்டங்களைத் தொடர்வதையே கறுப்பர்கள் விரும்பினர்.

அவ்வப்போது கிடைத்த தீர்வுகளெல்லாம், வெள்ளையனிடம் அறவுணர்வு மேலோங்கி, கறுப்பர்களை சக மனித உயிரினமாக அங்கீகரிக்க அவன் மனம் ஒப்புக் கொண்டதால் கிடைத்ததல்ல. மாறாக, அங்கிள் சாம்க்கு கறுப்பர்களால் சில காரியம் ஆக வேண்டியிருந்ததால், கறுப்பர்களுக்கு சில சலுகைகளை வழங்கியிருக்கிறான் அவ்வளவே... மற்றபடி கறுப்பர்களை அவன் மனிதப் பிறவியாக நினைத்து உரிமைகளை வழங்கவில்லை என்ற புள்ளியிலிருந்து மால்கம் பிரச்சாரத்தை தொடங்கினார். இதனை புரிய வைத்து விட்டுத்தான், மாற்று போராட்ட வழியை அவர் கறுப்பர்கள் முன் வைத்தார்.

> *1939க்கு முன்னர் கறுப்பர்களின் நிலைமை மிக மோசமாக இருந்தது. ஹோட்டல் பணியாளர்களாக, சுமை தூக்குபவர்களாக, தூய்மைப் பணியாளர்களாக, இதுபோன்ற பணிகள் மட்டுமே அவர்களுக்கு கிடைத்தன. ஜெர்மனியுடன் போரைத் தொடங்கியவுடன், அமெரிக்காவில் தொழிற்சாலைகளிலும் ராணுவத்திலும் ஆட்பற்றாக்குறை ஏற்பட்டது. போர் தொடங்கியவுடன் கறுப்பர்களுக்கு சில கதவுகள் திறந்து விடப்படுகிறது. மனசாட்சி உலுக்கியோ, அறம் சார்ந்த விழிப்புணர்வடைந்தோ அங்கிள் சாம் இப்படிச் செய்யவில்லை. கறுப்பர்கள் ஒரு படி முன்னேற அங்கிள் சாம் அனுமதித்தாலும், அவனுடைய கண் நம் மேலே இருந்து கொண்டேதான் இருந்தது.*

1939, 40, 41-களில் ராணுவத்திலும் கடற்படையிலும் கறுப்பர்கள் இணைய முடியாது. சமையல்காரர்களாக தவிர, கறுப்பர்களை படையாட்களாக ராணுவத்தில் சேர்ப்பதில்லை. போர் தொடங்கியவுடனேயேகூட கறுப்பர்களை ராணுவத்தில் சேர்த்துக் கொள்ளவில்லை. அவர்கள் நம்மை நம்பவில்லை, அதாவது கறுப்பர்களை ராணுவத்தில் சேர்த்து, அவர்களுக்குப் பயிற்சி அளித்தால், வேறு ஏதாவது இலக்கைச் சுட வாய்ப்பிருப்பதாக (அதாவது வெள்ளையர்களை சுட்டுவிட வாய்ப்பிருப்பதாக) அவர்கள் பயந்தனர். ஆனால், நாமும் அவர்களுக்குத் தேவை.

பின்னர் நீக்ரோக்களை ராணுவத்தில் அனுமதித்தனர். போரில் ஹிட்லரும் டோஜோவும் வெளிநாட்டு சக்திகளும் அமெரிக்காவுக்கு கடும் அழுத்தம் கொடுத்த பின், (வெள்ளையர்கள் கட்டாய ராணுவ சேவையாற்ற அனுப்பப்பட்டதால்) தொழிலாளர்கள் பற்றாக்குறை ஏற்பட்டு தொழிற்சாலைகளுக்குள் கறுப்பர்கள் அனுமதிக்கப்பட்டனர். அதுவரை அனுமதித்ததில்லை. அமெரிக்காவின் வடக்குப் பகுதியிலும் தெற்குப் பகுதியிலும் இதுதான் நிலை. தொடக்கத்தில் தூய்மைப் பணியாளர்களாகத்தான் உள்ளே விட்டனர். நாட்கள் செல்லச் செல்ல எந்திரங்களை இயக்க அனுமதித்தனர். அதனால் கொஞ்சம் திறமைகளைப் பெற்றோம். திறமைகளைப் பெறும் போது, கொஞ்சம் கூடுதலாக ஊதியம் கிடைத்தது. அதன் மூலம் கொஞ்சம் நல்ல இடங்களில் வசிக்கத் தொடங்கினோம். அதனால், நல்ல பள்ளிகளுக்குச் சென்று கல்வி கற்க முடிந்தது. கல்வி கற்ற பின்பு அதன் மூலம் நல்ல வேலையைப் பெற்றோம். இப்படியாக நிலைமை கொஞ்சம் மாறத் தொடங்கியது.

எந்தக் காலத்திலும் வெள்ளையர்களுக்கு கறுப்பர்கள் மீது கரிசனம் இருந்ததே கிடையாது. வரலாற்றின் அழுத்தத்தால் கறுப்பர்களுக்கு சில உரிமைகளை அளித்தார்களே தவிர, வெள்ளையர்கள் இனவெறியைக் கைவிட்டுவிட்டார்கள் என்றோ, இனப்பாகுபாடு அமெரிக்காவில் ஒழிந்துவிட்டது என்றோ இதற்கு பொருளல்ல என்றார் மால்கம்.

அமெரிக்க அரசின் அறவுணர்வு மிக்க அக்கறை காரணமாக, கறுப்பர்களின் நிலைமை மேம்பாடடையவில்லை. கொஞ்சம் நிலைமை மாறியதற்கு காரணம், அமெரிக்க அரசின் மீது விழுந்த உலக நாடுகளின் அழுத்தமே. எங்களை சக மனிதர்களாகக் கருதி, முன்னேற வழியமைத்துக் கொடுத்தார்கள் என்று இதற்கு பொருள் கொள்ள முடியாது. அவர்களுக்குத் தேவை என்பதால் இதைச் செய்தார்கள். சக மனிதர்களாகக் கருதி, நாங்கள் முன்னேற அவர்கள் எப்போதுமே அனுமதித்தது கிடையாது. இந்த நாட்டின் வரலாறு, சமூகவியல், அரசியல் அறிவியல், பொருளாதார வளர்ச்சி ஆகியவற்றோடு இந்நாட்டின் இன உறவைப் பற்றிய அறிவு உங்களுக்கு இருந்தால் - இது பற்றிய சிறிய ஆய்வை மேற்கொண்டால், இது உண்மை என்பதை ஒப்புக்கொள்வீர்கள்.

ஹிட்லரும் டோஜோவும் அமெரிக்காவோடு போரிட்ட நாட்களில்தான் கறுப்பர்கள் கொஞ்சம் முன்னேறினர். ஜெர்மனி, ஜப்பானுடன் போர் முடிவுக்கு வந்தபிறகு, ஜோ ஸ்டாலினும் ரஷ்யாவும் அச்சுறுத்தலாக மாறின. அப்போதும் கறுப்பர்கள் இன்னும் கொஞ்சம் முன்னேறினர். நான் குறிப்பிட விரும்பும் முக்கிய விஷயம் இதுதான்: அமெரிக்க வரலாற்றில், அமெரிக்க அரசின் நல்லெண்ணம் காரணமாக நாம் எப்போதுமே முன்னேற்றத்தைக் கண்டதில்லை. அமெரிக்க அரசின் கட்டுப்பாட்டுக்குள் இல்லாத புறச் சக்திகளின் அழுத்தம் இருந்த நாட்களில்தான் நாம் சற்று முன்னேறியிருக்கிறோம். தார்மீக அறவுணர்வு அற்றுப் போன ஒரு நாடுதான் அமெரிக்கா. நம்மை அடிமைகளாக இங்கு கொண்டு வந்தபோதே அவர்களிடம் தார்மீக அறவுணர்வு அற்றுப் போயிருந்தது. நம்மீது நல்லெண்ணம் கொண்டிருப்பதாக அவர்கள் ஒரு மாயத் தோற்றத்தை ஏற்படுத்துகிறார்கள். அந்தத் தோற்றத்தை நீங்கள் கவனித்தால், பல எட்டுக்கள் நம்மை முன்னேற்றியிருப்பதைப் போல தோற்றம் தரும். அந்த பல படிகள் ட்ரெட் மில்லில் முன்னேறியதைப் போலத்தான்... ட்ரெட் மில் பின்னோக்கிச் செல்லும் போது நாம் முன்னேறுவது போல தெரியும், ஆனால், இங்கோ நாம் பின்னோக்கிச் சென்று கொண்டிருக்கிறோம்.

தெளிவான சித்திரத்தை முன்வைத்து அமெரிக்காவின் சுயரூபத்தை அம்பலப்படுத்தி, கறுப்பின இளைஞர்களிடம் விழிப்புணர்வை ஏற்படுத்திய மால்கம், 'ஒன்றிணைதல்' கொள்கையால்தான் கறுப்பர்கள் தொடர்ந்து வஞ்சிக்கப்பட்டு வருகிறார்கள் என்பதையும் நிறுவினார். வெள்ளையர்களோடு 'ஒன்றிணைதல்' என்பது தற்கொலைக்குச் சமம், அது பாசாங்குத்தனமான தீர்வு என்று சாடினார்.

அன்பின் அடிப்படையில் அமைவது சகோதரத்துவம். நல்லெண்ணத்தின் அடிப்படையில் தாமாக பரஸ்பரம் நற்செயல்களைச் செய்ய இந்த அன்பு ஊக்குவிக்கும். ஆனால், இனப்பாகுபாட்டை கடைபிடிக்கும் சமூகத்தில் 'ஒன்றிணைதல்' கொள்கையானது நயவஞ்சகத்தைத்தான் உற்பத்தி செய்யும். 'தாராளவாதி'யாக தன்னைக் காட்டிக் கொள்ள, உண்மைக்கு மாறாக, பொய்யாக நடிக்க வெள்ளையர்கள் நிர்ப்பந்திக்கப்படுவார்கள்.

நீங்கள் ஒன்றிணைதலில் காட்டும் ஆர்வத்தை, தன் மகளைத் திருமணம் செய்ய கறுப்பினத்தவன் ஆர்வம் காட்டுகிறான் என்பதாகத்தான் வெள்ளையன் புரிந்து கொள்வான். வெள்ளைப் பெண்களை மணமுடிக்க கறுப்பர்கள் விரும்பவில்லை.

'ஒன்றிணைதல்' என்பது ஏமாற்று வேலை. கல்விச் சாலையிலும், குடியிருப்பு பகுதிகளிலும் சட்டம் இயற்றி கறுப்பர்களுக்கு இடம் ஒதுக்குவது, கறுப்பர்களின் தலையில் துப்பாக்கியை வைக்க வெள்ளையர்களுக்கு அனுமதி வழங்குவதற்கு சமம். சட்டம் ஏதும் போடாமல், கறுப்பர்களை வெள்ளையர்கள் ஏற்றுக் கொண்டால், 'ஒன்றிணைதல்' பற்றி சிந்திக்கலாம்.

தீர்வை நோக்கி நகர்த்தாமல், அடக்கி ஒடுக்கப்பட்ட கறுப்பின மக்களை உணர்வு ரீதியாக காயடிக்கச் செய்த போராட்டங்கள்தான் குடியுரிமை போராட்டங்கள். இனவெறி தலைக்கேறி கறுப்பர்களை கழுவிலேற்ற கிஞ்சிற்றும் அஞ்சாத வெள்ளையர்களிடம், குரலை உயர்த்திப் பேசினால்கூட சிவில் உரிமைகளைப் பெறுவதற்கான போராட்டத்தில் சுணக்கம் ஏற்பட்டுவிடும் என குடியுரிமை அமைப்புகளின்

தலைவர்கள் பிதற்றி வந்தனர். இப்படியாக, கறுப்பின இளைஞர்களின் எழுச்சி மடைமாற்றம் செய்யப்பட்டு வந்தது. வெள்ளை இனவெறியர்கள் இதைத்தான் எதிர்பார்த்தனர். சாவு வீட்டில் பிணத்தை புதைக்கும் வரை, எதையும் சகித்துக் கொண்டு பங்காளிச் சண்டையை தள்ளிப் போடுவது போல கறுப்பர்கள் சகித்துக் கொண்டனர். சாவு விழுந்த வண்ணமே இருந்தது. சகிப்புத்தன்மை கூடிக்கூடி இதயம் இறுகி, கறுப்பின இளைஞர்களின் சுயமரியாதை காயடிக்கப்பட்டதுதான், அப்போது கறுப்பின தலைவர்கள் செய்த ஒரே தலைமைத்துவ வழிகாட்டல் என மால்கம் சுட்டிக்காட்டினார்.

இப்போது வரை விதியாகவே, ஒரு தந்திரம் செயல்படுத்தப்படுகிறது, அதாவது நமது கறுப்பின தலைவர்களுக்கு வெள்ளையர்களின் உடையை மாற்றிவிட்டு, பணம், பரிசு, புகழ் மாலைகளை அணிவித்து, அவர்கள் சொல்வதை அப்படியே நம்மிடம் சொல்வதற்கு அனுப்பிவைத்து விடுகிறார்கள். கறுப்பின தலைவர்களும் நம்மிடம் வந்து, 'நாம் பின்தங்கியிருக்கிறோம், நமக்கு வாய்ப்பே இல்லை என்பதால் கவனமாகவும் அகிம்சை வழியிலும் போராட வேண்டும். இல்லையென்றால், நாம் பாதிக்கப்படுவதோடு, போராட்டம் வீணாகி எதையும் பெற முடியாது' என்றும் போதிக்கிறார்கள்.

மக்கள் வெடித்துக் கிளம்பும்போது, அவர்களிடம் செல்லும் தலைவர்கள், 'உடனே நிலைமையைக் கட்டுக்குள் கொண்டு வருமாறு' கேட்டுக் கொள்கிறார்கள். மக்களை கிளர்ந்தெழச் செய்த ஒரு தலைவரையும் நீங்கள் எனக்கு காட்ட முடியாது. மாறாக, கிளர்ச்சியைக் கட்டுப்படுத்துகிற தலைவர்கள்தான் இருக்கிறார்கள். 'உக்கிரமாக இல்லாமல், மென்மையான போக்கை கடைபிடியுங்கள்' என்றும் சொல்கிறார்கள். இதுதான் இந்தத் 'தலைவர்களின்' பங்கு - நம்மை கட்டுப்படுத்துவதற்கும், போராட்டத்தை கட்டுக்குள் வைத்து, அதனை கைமீறிப் போய்விடாமல் செய்வதற்கும்தான் இந்தத் 'தலைவர்கள்' இருக்கிறார்கள்.

போனால் போகுது என வெள்ளையன் அங்கொன்றும் இங்கொன்றுமாக கொடுத்த சில உரிமைகளை, தங்களுடைய

போராட்டங்களால் அதுவும் அகிம்சை வழியிலான போராட்டங்களால்தான் கிடைத்தன என இந்தத் தலைவர்கள் கறுப்பின சமூகத்தை நம்பவைத்தனர். உண்மையில் கறுப்பின சமூகம் எந்த வகையிலும் எந்த வழியிலும் எழுச்சி பெற்று விடக்கூடாது என்பதில் அமெரிக்க வெள்ளை அரசாங்கமும் அதில் அங்கம் வகித்த இனவெறியர்களும் மிக மிகக் கவனமாக இருந்தனர். அவ்வப்போது சில எலும்புத் துண்டுகளை வீசுவதன் மூலம் வளர்ப்பு பிராணி தன்னை பிராண்டாமல் பார்த்துக் கொண்டனர். எப்போதெல்லாம் கறுப்பர்களின் குரல் ஓங்கி ஒலிக்க தொடங்குகிறதோ அப்போதெல்லாம் அதனை முடக்கிப் போட வெள்ளையன் ரெடிமேட் வாசகங்களை வைத்திருந்தான். அந்த வாசகங்களை கறுப்பின குடியுரிமை அமைப்புகளின் தலைவர்களை நோக்கி வீசினான்: 'கறுப்பர்கள் உணர்ச்சி வசப்படுகிறார்கள், உணர்ச்சி மேலீட்டால் தீவிரவாதப் பாதையை கறுப்பின இளைஞர்கள் தேர்வு செய்கின்றனர்.' இந்தக் குற்றச்சாட்டுகளுக்கு இப்படி பதில் அளித்தார் மால்கம்:

உங்களுடைய தாய் கற்பழிக்கப்பட்டால், நீங்கள் உணர்ச்சிவசப்படக்கூடாது. கடைத் தெருவில், ஒரு வெள்ளையன் உங்கள் சகோதரியின் கன்னத்தில் காரணமே இல்லாமல் அறைந்தால், நீங்கள் உணர்ச்சிவசப்படக்கூடாது. வெள்ளையனின் இந்த அடாவடித்தனங்களையும் அக்கிரமங்களையும் தக்க ஆதாரங்களோடு நாம் வெளிப்படுத்தினால், வெறுப்பை போதிப்பவர்களாக நம்மை அடையாளப்படுத்துகிறான் வெள்ளையன்.

அமெரிக்கப் படைகள் பெர்லினில் கால் பதிப்பது வன்முறை இல்லை. ஜப்பானியர்கள் பேர்ல் துறைமுகத்தை தாக்கியவுடன், அகிம்சையை அமெரிக்கா போதிக்கவில்லை. 'கடவுளின் பெயரால் ஆயுதங்களை எடுங்கள்' என அமெரிக்க தேசம் கட்டளையிட்டதா, இல்லையா?

ஆனால் யாராவது உங்களை தாக்கினால், ஒரு கறுப்பனை தாக்கினால், குண்டாந்தடியால் அடிக்க வந்தால், கயிற்றால் பிணைக்க வந்தால், துப்பாக்கியால் சுட வந்தால், வெள்ளையன் உங்களிடம் சொல்வான்: 'அமைதியாக பொறுத்துக் கொள்ளுங்கள்'. 'உங்களை வருந்தச் செய்தவர்களுக்காக

தேவனை பிரார்த்தனை செய்யுங்கள்' - இப்படித்தான் நமக்கு போதனை செய்கிறார்கள். காலம் காலமாக நாம் வேதனைப் பட்டுக் கொண்டே இருக்கிறோம். எவ்வளவு காலத்துக்கு நாம் இப்படியே வேதனைகளை அனுபவிப்பது? 400 ஆண்டு காலம் ஓடிவிட்டதே...

1962 ஆம் ஆண்டில் விவாதமொன்றில் குடியுரிமைப் போராளி பேயர்ட் ரஸ்டின், "ப்ரதர் மால்கம் நீங்கள் கறுப்பர்களிடம் உணர்ச்சியைத் தூண்டி விடுகிறீர்கள்..." என போகிற போக்கில் ஒரு குற்றச்சாட்டை முன்வைத்தார். பதில் சொல்லாமல் விட்டுவிடக் கூடிய கேள்வி அல்ல இது. அறியாமல் கேட்டுவிட்ட கேள்வியும் அல்ல. ஊடகங்கள் ஊதிப் பெருக்கியதன் விளைவாக உருவான கேள்வி இது. உணர்ச்சியை தூண்டி விடுகிறீர்கள் என்றால், வெறுமனே இதனை 'உணர்ச்சி' என்ற சொல்லாக மட்டும் கணக்கில் கொள்ளக்கூடாது. உணர்ச்சியைத் தூண்டி கலவரத்திற்கு வித்திட்டு, சட்டம் ஒழுங்கு பிரச்சினை ஏற்படவும், இரு இனங்களுக்கு இடையே கொந்தளிப்பான சூழல் நிலவவும் மால்கம் காரணமாக இருக்கிறார் - இதுதான் ரஸ்டின் சொல்ல வருவதன் உள்ளர்த்தம். கடுமையாக கோபமடைந்த மால்கம் தன்னுடைய பதிலால் ரஸ்டினின் முகத்தில் ஓங்கி அறைந்தார் இப்படி:

ப்ரதர் ரஸ்டின், உங்களுக்கு மிகவும் அறிமுகமான, நெருங்கிய நண்பர் ஒருவரை உங்கள் மனக்கண் முன் கொண்டு வாருங்கள். அவரை மரத்தில் தூக்கில் தொங்க விடுவதாக கற்பனை செய்யுங்கள். வெறும் கற்பனைதான். அப்போது அவர் என்ன செய்வார்?

ரஸ்டினின் பதிலுக்காக அமைதியானார் மால்கம். தேவையில்லாத கேள்வியை மால்கம் கேட்பது போல ரஸ்டின் பார்த்தார்.

அவர் உணர்ச்சி கொந்தளிப்பில் கத்த மாட்டாரா? உணர்ச்சியின் வெளிப்பாடு அவர் முகத்தில் பிரதிபலிக்காதா மிஸ்டர் ரஸ்டின்? கொழுந்து விட்டெரியும் அடுப்பின் மேல் ஒருவர் அமர வைக்கப்படுகிறார், அப்போது அவரிடம் பேச்சு கொடுத்தால், உணர்ச்சிப் பிழம்பாக மாறாமல் சாந்தமாகத்தான் அவர் பேசுவாரா?

மனித உணர்வுகள் கறுப்பனுக்கு இருக்கக் கூடாதா? அப்படி இருக்கக் கூடாது என்பதுதான் வெள்ளையர்களின் பார்வை. வெள்ளையர்களோடு இணைந்து வாழ விரும்பிய கறுப்பின தலைவர்களும் அந்தப் பார்வையை பிரதிபலித்ததுதான் மாபெரும் அவலம்.

பேருந்துகளில் பயணிக்க முடியவில்லை, உணவகங்களுக்குள், பூங்காக்களுக்குள், முடிதிருத்தகங்களுக்குள் செல்ல முடியவில்லை என்பதற்காக கறுப்பர்கள் குமுறவில்லை. தங்களை ஓர் உயிரினமாக, சக மனிதனாக பார்க்க தவறுவதை, சக உயிரியாக பார்க்க மறுப்பதைத்தான் கறுப்பர்கள் சகிக்கவில்லை.

கறுப்பர்கள் குமைவது வெறுமனே குடியுரிமை கிடைக்கப் பெறாததால் அல்ல. மனித உரிமைகளற்ற ஜீவனாக பார்க்கப்படுவதாலேயே பொறுமை இழக்கிறார்கள். ஆனால் கறுப்பர்கள் உணர்ச்சிவசப்படுபவர்களாக தூற்றப்படுகிறார்கள்.

குருவிகளைச் சுடுவதைப் போல கறுப்பர்களைச் சுடுவது, வாழ்வாதாரங்களைச் சூறையாடுவது, பொய் வழக்குப் போட்டு கறுப்பின இளைஞர்களை சிறையில் தள்ளுவது - இப்படி நித்தம் நித்தம் கொதிநிலையிலேயே வைக்கப்படும் சூழலில் எப்போதாவது, யாராவது ஒரு நபரின் தலைமையின் கீழ் கும்பலாக அணி திரண்டு, வெள்ளையர்களை எதிர்த்து கறுப்பர்கள் ஆயுதம் ஏந்தினால், அந்தப் பகுதியில் அறியப்பட்ட கறுப்பினத் தலைவர் மூலமாக அந்த எழுச்சி கிள்ளி எறியப்படுவதை வழக்கமாகவே வைத்திருந்தனர் வெள்ளையர்கள். இதற்காகவே கறுப்பர்கள் மத்தியில் சில தலைவர்களை உருவாக்கவும் செய்தனர்.

இவர்கள் காவல் நாய்களைப் போன்றவர்கள். நாய்கள் தெருவில் திரியும் போது, நம்மை ஒன்றும் செய்வதில்லை. அதுவே, ஒரு வீட்டில் பாதுகாவலுக்கு நிறுத்தும் போது, இந்த நாய்கள் நம்மை பார்த்து குரைக்கும், கடிக்கவரும். இதைப் போலவேதான், நாம் கறுப்பர்கள் குறித்து பேசும் போது, இவர்கள் ஒன்றும் பேசுவதில்லை. அதேசமயம் நாம், வெள்ளையர்களைப் பற்றி பேசிவிட்டால், உடனே இந்த So Called நீக்ரோக்கள் குரைத்துக் கொண்டே நம்மை கடிக்க வருகிறார்கள். இவர்கள் தங்களைப்

பாதுகாத்துக்கொள்ள பயிற்றுவிக்கப்படவில்லை. வெள்ளை எஜமானனைப் பாதுகாக்கவே பயிற்றுவிக்கப்பட்டுள்ளனர்.

வெள்ளையர்களால் பயிற்றுவிக்கப்பட்ட கறுப்பினத் தலைவர்கள், கறுப்பின சமூகத்தை மயக்க நிலையிலேயே வைத்திருந்தனர். இன்றோ நாளையோ நாம் அமெரிக்காவின் முதல்தர குடிமகனாக அங்கீகரிக்கப்பட்டு விடுவோம், அங்கிள் சாம் வாக்குறுதி அளித்துவிட்டார் போன்ற அலங்காரச் சொற்களை நம்பி கறுப்பர்களும் மயக்கத்திலேயே கிடந்தனர்.

அடிமைத்தனம் அமலில் இருந்த போது Field Negro-க்களைக் கண்காணிப்பதற்காகவே, டாம்களான House Negro-க்களை வெள்ளை எஜமானர்கள் பயன்படுத்தினர். இப்போதும் அப்படித்தான் செய்கின்றனர். 20 ஆம் நூற்றாண்டு நவீன அங்கிள் டாம்கள் உங்களையும் என்னையும் கண்காணிக்கிறார்கள், கட்டுப்படுத்தி வைக்கிறார்கள், அகிம்சை வழியில் அமைதியாக இருக்குமாறு பார்த்துக் கொள்கிறார்கள். வெள்ளை எஜமானர்களின் உத்தரவுக்கிணங்க... இது எப்படி இருக்கிறதென்றால் ஒரு பல் மருத்துவர் மயக்க மருந்து செலுத்தி நமது பற்களைப் பிடுங்குவது போல... மயக்க மருந்தால் நமக்கு வலி தெரியாது, ஆனால் வாயில் இரத்தம் வழிந்தோடும். என்ன நடந்ததென்றே நமக்கு தெரியாது. வலி தெரியாமல் துன்புறுத்துவது இப்படித்தான்.

II

ஒன்றிணைதல் கொள்கையும் அதனை அடைய கடைபிடிக்கப்பட்ட அகிம்சை வழிமுறையும்தான் இத்தனை காலமும் கறுப்பர்கள் அடிமைத்தனத்தில் உழல காரணம் என்பதை மால்கம் தெளிவுபடுத்தினார். அந்தப் புரிதலுக்கு கொண்டு வந்த பின்பு, ‘எதிரியை தீர்மானி’ என கறுப்பர்களுக்கு வகுப்பெடுத்தார். அமைதியான வழியில் போராடி வந்த கறுப்பின சமூகம், போராட்டப் பாதையை திடீரென தடம் மாற்றினால் வெள்ளையர்களின் எதிர்வினை எப்படி இருக்கும் என்பதையும் அதை கறுப்பர்கள் எப்படி எதிர்கொள்ள வேண்டுமென்பதையும் சேர்த்தே கற்றுக் கொடுத்தார் மால்கம்.

சுதந்திரத்தைப் பெறுவதற்காக நீங்கள் எதையும் செய்யத் தயங்க மாட்டீர்கள் என்பதை உங்களுடைய எதிரிக்குத் தெரியப்படுத்த வேண்டும். பிறகு அதைப் பெறுவீர்கள். இதுதான் சுதந்திரத்தைப் பெறுவதற்கான ஒரே வழி. இந்த அணுகுமுறையை நீங்கள் பின்பற்றினால் அவர்கள் உங்களை, 'கிறுக்குப் பிடித்த நீக்ரோ' அல்லது 'கிறுக்குப் பிடித்த நிக்கர்' அல்லது 'தீவிரவாதி' அல்லது 'நாசகாரர்' அல்லது 'தேசத்துரோகி' அல்லது 'கம்யூனிஸ்ட்' என்றழைப்பார்கள். ஆனால் நீங்கள் நீண்ட காலம் தீவிரமாகப் போராடி, உங்களைப் போன்ற போதுமான ஆட்களைப் பெற்றால், உங்களுக்கு சுதந்திரம் கிடைக்கும். உங்களுடைய உரிமைகளைப் பறிப்பவர்களுடன் நட்பு பாராட்ட மெனக்கெட வேண்டாம். அவர்கள் உங்களுடைய நண்பர்கள் கிடையாது, உங்களுடைய எதிரிகள். எதிரிகளாகப் பாவித்து அவர்களுடன் போராடினால், உங்களுக்கு சுதந்திரம் கிடைக்கும்.

இனவெறி ஓர் உணர்வாக ஊறிப்போன சமூகத்தில், ஒடுக்குமுறைக்கு எதிராக குரல் எழுப்பினால் எத்தகைய நாமகரணம் சூட்டப்படும் என்பதையும், ஓர் அரசுக்கு எதிராக ஒரு மக்கள் இனமே திரண்டெழுந்தால் அது எவ்விதம் பார்க்கப்படும் என்பதையும் முன்னறிவிப்பு செய்து கறுப்பர்களை தயார்படுத்தினார் மால்கம். அமெரிக்க கறுப்பின சமூகம் மூன்றுவிதமான எதிரிகளால் சூழப்பட்டுள்ளதாக எச்சரிக்கை விடுத்தார்.

1) வெள்ளை அரசாங்கம்

2) வெள்ளை இனவெறியர்கள்

3) வெள்ளை தாராளவாதிகள் - கறுப்பின மிதவாதிகள்

எதிரிகளை மட்டுமல்ல, அந்த எதிரிகளை எதிர் கொள்வதற்கான ஆயுதங்களையும் அடையாளம் காட்டினார் மால்கம்.

வெள்ளை அரசாங்கம்

மனசாட்சியை குழிதோண்டி புதைத்துவிட்டு, சட்ட திட்டங்களுக்கு அஞ்சாமல், தார்மீக உணர்வுகளுக்கு

முகம் கொடுக்காமல், அன்பே வடிவான கடவுள் இயேசு கிறிஸ்துவையும்கூட இறுதியில் ஏமாற்றிவிட்டு கறுப்பர்களை கொலை செய்வதை - அவர்களின் உடமைகளை சூறையாடுவதை சமூகக் கடமையாகவே வெள்ளை இனவெறியர்கள் கருதி வந்தனர். இந்த அரக்கர்களிடமிருந்து அமெரிக்க அரசாங்கம் நம்மை காப்பாற்றும் என அப்பாவித்தனமாக கறுப்பர்கள் நம்பி வந்தனர். அது வெள்ளை அரசாங்கம்தான் என்றாலும், ஜனநாயகத்தின் மீதும் சட்டத்தின் ஆட்சி மீதும் நம்பிக்கை கொண்ட அரசல்லவா? நீதியையும் சமாதானத்தையும் உலகில் நிலைநாட்டும் அரசல்லவா? கடவுளுக்கு அடுத்தபடியாக, வெள்ளை மாளிகையில் வீற்றிருந்த குடியரசு கட்சி தலைவரையோ, ஜனநாயக கட்சி தலைவரையோ கறுப்பர்கள் நம்பினர். இந்த அசைக்க முடியாத நம்பிக்கைக்கு காரணம், தாங்கள் அமெரிக்காவின் குடிமக்கள் எனக் கருதியதுதான்... இந்த நம்பிக்கையைத்தான் அசைத்துப் பார்த்தார் மால்கம். கறுப்பர்கள் அமெரிக்க தேசத்தின் குடிமக்களாக இருந்தால் 400 ஆண்டு கால போராட்டம் எதற்கு?

நான் அமெரிக்க குடிமகனே அல்ல. நீங்களும் நானும் அமெரிக்க குடிமகனாக இருந்தால் பிரச்சினையே இல்லையே... ஐரோப்பாவில் இருந்துவந்த குடியேற்றக்காரர்களெல்லாம் அமெரிக்கர்களாக இருக்கும் போது, இங்கேயே பிறந்து வளர்ந்த நாம் இன்னும் அமெரிக்க குடிமகன்களாக இல்லையே...

என்னை நானே ஏமாற்றிக் கொள்ள மாட்டேன். உணவகத்தில் உங்களுடன் அமர்ந்திருக்கிறேன். நீங்கள் சாப்பிடும்போது, எனக்கு எதிரில் தட்டு இல்லை என்றால் நானும் உணவருந்தினேன் என பொருள் கொள்ள முடியுமா? நீங்கள் சாப்பிடுவதை நானும் சாப்பிட்டால் தானே உணவருந்தியதாக அர்த்தம்.

நான் உங்களிடம் வலியுறுத்தி சொல்ல விரும்புவது என்னவென்றால், நீங்களும் நானும் அமெரிக்காவில் எதிர்கொள்வது வெறுமனே இனவெறிபிடித்த பிரிவினைவாத சக்திகளின் சதியை அல்ல, அரசின் சதியைத்தான். நாடாளுமன்றத்தில், கறுப்பர்களுக்கு சில உரிமைகளை

அளிக்கும் குடியுரிமை மசோதா நிறைவேறாமல் முட்டுக்கட்டை போடுபவர்கள் அரசின் பிரநிதிகள்தான். அரசின் பிரதிநிதிகள்தான் உங்கள் பாதையில் தடைகளைப் போடுகின்றனர்.

உங்களுடைய வாக்குரிமையை பறிக்கும், பொருளாதார வாய்ப்புகளை தடுக்கும், வீட்டு வசதி, கல்வியை தடுக்க சதி செய்யும் இந்த அரசுக்காகத்தான் நீங்கள் வெளிநாடுகளில் போரிடுகிறீர்கள். போரிட்டு மடிகிறீர்கள். அமெரிக்க கறுப்பர்களை ஒடுக்குவது, சுரண்டுவது, சீரழிப்பது அமெரிக்க அரசாங்கம்தான், வேறு யாருமல்ல.

'நான் அமெரிக்க குடிமகன் தான்' என்ற கறுப்பர்களின் நம்பிக்கையை சுக்கல் சுக்கலாக உடைத்தெறிந்தார். கறுப்பர்கள் இரண்டாம் தர குடிமக்கள் என்பதாலேயே அமெரிக்க அரசாங்கம் கறுப்பர்களை ஒரு பொருட்டாகவே மதிப்பதில்லை என்பதை மால்கம் புரிய வைத்தார். அதேசமயம் தேர்தல் காலங்களில் இழி பிறவிகளான கறுப்பர்களின் வாக்குகளை அறுவடை செய்ய, இன மேட்டிமை உணர்வு கொண்ட வெள்ளையர்கள் தயங்கவில்லை என்பதையும் கணக்கில் கொள்ள அவர் தவறவில்லை. அமெரிக்காவில் நடைமுறையில் இருந்த இரண்டு கட்சிகளுமே (ஜனநாயக/ குடியரசு கட்சி) இதற்கு விதிவிலக்கு கிடையாது. கறுப்பர்களை சகிக்க முடியாத பிறவியாக பார்த்த வெள்ளைக்காரனுக்கு, கறுப்பர்களின் பொருளாதாரத்தை சுரண்டுவது அசூயையாக தெரியாதது போலவே, கறுப்பர்களின் வாக்குகளைப் பெற்று வெற்றி பெறுவதும் அவமானமாக தெரியவில்லை.

இதிலும்கூட சில வெள்ளை அரசியல்வாதிகள் 'இறங்கி' வர மறுத்து, தேர்தல் களத்தைவிட்டே கறுப்பர்களை கருவறுக்கும் கயமைத்தனத்திற்கு முகவுரை எழுதினர். கறுப்பர்களின் வாக்குகள் திரட்சியாக உள்ள பகுதிகளைப் பிரித்து, வெள்ளையர்கள் பெரும்பான்மையாக உள்ள பகுதியோடு இணைத்தனர் (gerrymandering). இதனால், தேர்தல் வெற்றிக்காக கறுப்பர்களின் வாக்குகளை கணக்கில் கொள்ள வேண்டிய — நம்பியிருக்க வேண்டிய — அவசியம் இல்லை என்ற நிலையை ஏற்படுத்தி, கொஞ்சமேனும் இருந்த கறுப்பர்களின் அரசியல்

பேர சக்தியை நீர்த்து போகச் செய்தனர். இது ஒருபுறமென்றால் கறுப்பர்களை வாக்காளர் பட்டியலில் இணைப்பதற்கும் எக்கச்சக்க முட்டுக்கட்டைகளை வெள்ளை இனவெறியர்கள் வெட்டிப்போட்டனர். படிப்பறிவில்லாத பாமரத்தனம் மிகுந்த கறுப்பர்களால் பதிலளிக்க இயலாத கேள்விகளின் பட்டியலை கையில் திணித்து, அதனை தவறின்றி நிரப்பினால்தான் வாக்காளர் பட்டியலில் பெயரை இணைக்க முடியும் என கட்டுப்பாடு விதித்தனர். இது அரசியல் களத்திலிருந்து கறுப்பர்களை நிரந்தரமாக ஒதுக்கி வைக்கும் சூழ்ச்சி அல்லாமல் வேறென்ன?

துப்பாக்கி வேட்டுக்கு இணையாக பயனளிக்கக்கூடிய ஆயுதமாக தேர்தல் வாக்கை கணித்தார் மால்கம். நேஷன் ஆஃப் இஸ்லாம் அமைப்பில் செயலாற்றிய நாட்களில் தேர்தலை, ஜனநாயக அரசியலை கண்ணை மூடிக் கொண்டு ஒதுக்கிய மால்கம், அந்த இயக்கத்தை விட்டு வெளியேறிய பின் எதார்த்தத்தை உணர்ந்து, தேர்தல் பாதை மூலம் குறைந்தபட்ச தீர்வையாவது பெறலாம் என்பதைப் புரிந்து கொண்டார்.

அரசியலில் இலக்கை அடையும் வரை உங்கள் வாக்குச் சீட்டை சரியாக பயன்படுத்துங்கள். அடைய முடியாத தூரத்தில் இலக்கு இருந்தால் வாக்குச் சீட்டை துருப்புச் சீட்டாக பயன்படுத்துங்கள்.

கறுப்பர்களை வாக்காளர் பட்டியலில் இணைப்பதற்காக நடத்தப்பட்ட இயக்கத்துக்கு நிபந்தனையற்ற ஆதரவை வழங்கிய மால்கம், வாக்காளர் பட்டியலில் பெயரைச் சேர்த்ததற்காகவே கட்டாயம் வாக்களிக்க வேண்டும் என்ற எந்த நிர்ப்பந்தமும் இல்லை என்ற ஒரு நிபந்தனைப் புள்ளியையும் வலுவாக வைத்தார்.

உங்களால் என்ன செய்ய முடியும் என்பதை அவர்களுக்கு உணர்த்த வேண்டும். அதன் மூலமே அதிகாரம் - அரசியல் சக்தியைப் பெற முடியும். அரசியல் சக்தியை காட்டுவதென்பது ரவைகள் நிரப்பப்பட்ட துப்பாக்கிக்குச் சமமாகும். உங்களுக்கு பயனளிக்கும் இலக்கைக் காணும் வரை நீங்கள் சுடக் கூடாது. உங்களுக்கு வாத்து வேண்டுமென்றால், கரடியைக் கண்டவுடன் சுட்டுவிடக்கூடாது. வாத்து வரும்வரை

காத்திருக்க வேண்டும். உங்களுக்கு கரடி வேண்டும் என்றால், வாத்தைக் கண்டவுடன் சுட்டுவிடக்கூடாது. கரடி வரும்வரை காத்திருக்க வேண்டும். காத்திருந்து பொறுமையாக இலக்கை நோக்கி குறிபார்த்துச் சுட வேண்டும்.

வாக்காளர் பட்டியலில் பதிவு செய்து வாக்களியுங்கள் என நம்மிடம் சொல்கிறார்கள். வாக்காளர் பட்டியலில் பதிவு செய்ய வேண்டும், ஆனால் வாக்களிக்கக்கூடாது. அதுதான் புத்திசாலித்தனம். போலியான நபருக்கு, மோசடியாளருக்கு, உங்களைச் சுரண்ட விரும்புபவர்களுக்கு நீங்கள் வாக்களிக்க நேரலாம். வாக்காளர் பட்டியலில் பதிவு செய்வது என்பது, எந்த நேரத்திலும், எந்த இடத்திலும், எந்த நிலையிலும் நமக்கு நன்மை பயக்கும் வகையில் அரசியல் நடவடிக்கையை எடுக்க தயார் நிலையில் இருப்பது என்பதுதான் பொருள். அப்போதுதான் நாம் மதிக்கப்பட்டு, அங்கீகரிக்கப்படும் நிலையில் இருப்போம். நீங்கள் வாக்காளர் பட்டியலில் இணைந்தவுடன், ஜனநாயகக் கட்சியுடனோ, குடியரசுக் கட்சியுடனோ இருக்க விரும்பினால், அணி சேர்கிறீர்கள் என்றே பொருள். ஒருமுறை நீங்கள் அணி சேர்ந்து விட்டால், உங்களுடைய பேர சக்தியை இழக்கிறீர்கள்.

தேர்தல் அரசியல் என்றவுடன், ஆண்ட கட்சிக்கு ஆதரவு அல்லது ஆளும் கட்சிக்கு ஆதரவு என்பதில்தான் போய் முடியும் என்பதை மால்கம் அறிந்திருந்தார். 1964 ஆம் ஆண்டு ஏப்ரல் 3 ஆம் தேதி, '*The Ballot or the Bullet*' என்ற தலைப்பில் ஆற்றிய உரையில்தான் அவர் மேற்கண்டவாறு பேசியிருந்தார். அந்த ஆண்டு அமெரிக்காவில் தேர்தல் ஆண்டு. அங்கு இரண்டே கட்சிகள்தான். ஒன்று ஜனநாயக கட்சி, மற்றொன்று குடியரசுக் கட்சி. ஜனநாயக கட்சி வெளிப்படையாக கறுப்பர்களின் போராட்டங்களுக்கு ஆதரவாக இருப்பதாக காட்டிக் கொள்ளுமே தவிர, நிஜத்தில் எந்தக் கட்சி ஆட்சியிலும் கறுப்பர்களுக்கெதிரான வன்முறைகள் குறையவில்லை. தேர்தல் நேரத்தில் வலுவாக பேரம் நடத்துவதற்கான ஆயுதமாக வாக்கைப் பயன்படுத்த வேண்டுமென்பதில் மால்கம் தெளிவாக இருந்தார். இரண்டு கட்சி அரசியல் அமைப்பைக் கொண்ட அமெரிக்க தேர்தல் அரசியலில், மால்கமின் அரசியல் நகர்வுகள் அடுத்தடுத்து எப்படி இருந்திருக்கும் என்பதை அறியும் வாய்ப்பு நமக்கு

கிட்டவில்லை. அடுத்த ஆண்டே பிப்ரவரி 21 ஆம் தேதி அவர் சுட்டுக் கொல்லப்பட்டார்.

பேர சக்தியாக வாக்குச் சீட்டைப் பயன்படுத்த வேண்டுமென்பதில் முனைப்பாக இருந்த மால்கம், அமெரிக்க அரசியல் - பொருளாதார - சமூக அமைப்பை அடியோடு வெறுத்தார் என்பதையும் நினைவில் நிறுத்த வேண்டும்.

> *ஒரு வெள்ளைக்காரன் முதலாளித்துவத்தை நம்புவதும், இனவெறியை நம்பாமல் இருப்பதும் சாத்தியமில்லை. இனவாதம் இல்லாமல் முதலாளித்துவம் இருக்க முடியாது. நீங்கள் ஒருவரைக் கண்டுபிடித்து, அவருடன் உரையாடும் போது, அவரிடம் இனவெறி இல்லை என்பதை உங்களால் உறுதிப்படுத்த முடிந்தால், அவரின் தத்துவம் சோசலிசமாகத்தான் இருக்கும்.*

என திட்டவட்டமாகக் கூறிய மால்கம்தான், இனவெறியை முதலாளித்துவத்தோடு இணைத்து அடையாளப்படுத்தி எச்சரிக்கை விடுத்த முதல் நபர் ஆவார்.

கறுப்பர்கள் மீதான அடக்குமுறைக்கு அமெரிக்க அரசாங்கம் பயன்படுத்திய பிரதான ஆயுதங்கள் ஊடகங்களும் காவல்துறையும்தான். கறுப்பர்களை ஒடுக்க அமெரிக்க அரசுக்கு ஒரு காரணம் வேண்டுமல்லவா... ஒரு நியாயம் வேண்டுமல்லவா... ஜனநாயகத்தையும் சமாதானத்தையும் உலகில் நிலைநாட்டும் முதலாளித்துவ நாடான அமெரிக்கா, உள்நாட்டிலும் இதனைப் பின்பற்றுவதாக காட்டிக் கொள்ள வேண்டாமா? அந்தக் காரணங்களையும் நியாயங்களையும் வழங்க ஊடகங்கள் தயாராக இருந்தன. காரணமும் நியாயமும் கிடைத்த பின் பாய்ந்து பிராண்ட காவல்துறை தயாராக இருந்தது.

> *மேற்குலகம் ஒரு தந்திரத்தை வெற்றிகரமாக கையாண்டு வருகிறது, அதனை இப்போது தெளிவுபடுத்துகிறேன். அது என்னவென்றால், அவர்களின் கருத்துக்களோடு ஒத்துப்போகாதவர் மீது, தவறான பிம்பத்தை ஏற்படுத்தி, அவர் சொல்லும் கருத்துக்கள் நிராகரிக்க தக்கவைதான் என்ற அளவுக்கு அந்தப் பிம்பத்தை நிலைநிறுத்தி விடுகிறார்கள்.*

அதுவும் அதிகாரத்தில் இருந்து கொண்டு இதனை வெற்றிகரமாக நிலைநிறுத்தியும் விட்டார்கள். அதனால் உருவான, மிகமிக மோசமான சூழ்நிலையை சரிசெய்ய நமக்கு கொஞ்சம் தீவிர நிலைப்பாடு தேவைப்படுகிறது.

அதிகாரத்தில் இருப்பவர்கள், தங்கள் அதிகாரத்தை தக்கவைத்துக் கொள்ள, மோசமான சூழல் நிலவுவதாக பத்திரிகைகள் மூலம் மக்களை நம்பவைக்க முயல்கின்றனர். பிசாசை, மனிதாபிமானம் கொண்டவனாகவும், மனிதாபிமானம் உள்ளவரை பிசாசாகவும் காட்ட ஊடகங்களைப் பயன்படுத்துகின்றனர். குற்றச் செயலால் பாதிக்கப்பட்டவனையே குற்றவாளியாகவும், குற்றமிழைத்தவனை, அந்தக் குற்றத்தால் பாதிக்கப்பட்டவனாகவும் காட்டுகிறார்கள்.

அதிகாரமிக்க நாடு ஒன்று, அநியாயமாக பிற பகுதிகளில் ஆக்கிரமிப்பு செய்யும் போது, அந்தப் பகுதி காட்டுமிராண்டிகளாலும் வெறி பிடித்தவர்களாலும் நிரம்பியுள்ளதாக பத்திரிகைகளைப் பயன்படுத்தி பிரச்சாரம் செய்யும் அல்லது வெள்ளைப் பெண்களைக் கற்பழிக்கிறார்கள், கன்னியாஸ்திரிகளை மானபங்கப்படுத்துகிறார்கள் என பிரச்சாரம் செய்யும். பழங்காலப் போர்களைப் பற்றி வரலாற்றை ஆய்வு செய்தால், இதனைப் புரிந்து கொள்ளலாம். அதே பழைய தந்திரத்தைத்தான் காலந்தோறும் பயன்படுத்துகிறார்கள்.

அரசின் ஒடுக்குமுறைகளை நியாயமான நடவடிக்கைகளாக வெள்ளைச் சமூகத்தில் உள்ள தாராளவாதிகளும் சர்வதேச சமூகமும் அங்கீகரித்து அமைதி காக்கவே 'இந்த பத்திரிகை - காவல்துறை கூட்டு' ஏற்பாடு என புரிய வைத்தார் மால்கம்.

கறுப்பர்களில் 99 சதவீதத்தினர் கிரிமினல்கள்தான் என வெள்ளையர்களை நம்பவைக்க, காவல்துறை ஊடகங்களை பயன்படுத்திக் கொள்கிறது. கறுப்பர்கள் கிரிமினல்கள்தான் என்பதை, வெள்ளைச் சமூகத்தை ஒருமுறை நம்பவைத்து விட்டால், கறுப்பர்கள் வசிக்கும் பகுதிக்குள் காவல்துறையினர் நுழைந்து எத்தகைய அடக்குமுறையையும் கட்டவிழ்த்துவிட அதுவே போதுமானதாகிவிடும்.

நாஜி ஜெர்மனியின் கெஸ்டாப்போ என்று அழைக்கப்பட்ட ரகசிய போலீஸ் மாதிரி, இங்கும் கறுப்பர்களுக்கு எதிராக போலீஸை செயல்பட ஊக்குவித்தது போல ஆகிவிடும். சாலையில் நடக்கும் எந்தக் கறுப்பனையும் நிறுத்தி அடித்து துவைக்க முடியும். அவன் குற்றவாளியாக இருந்தாலும் சரி அல்லது அப்பாவியாக இருந்தாலும் சரி. நன்றாக ஆடை அணிந்திருந்தாலும் சரி, அல்லது மோசமாக ஆடை அணிந்திருந்தாலும் சரி. படித்தவனாக இருந்தாலும் சரி அல்லது பாமரனாக இருந்தாலும் சரி. அவன் கிறிஸ்தவனாக இருந்தாலும் சரி அல்லது முஸ்லிமாக இருந்தாலும் சரி.

அவன் கறுப்பாக இருந்துவிட்டால், நீக்ரோ சமூகத்தின் அங்கமாக இருந்துவிட்டால், அவன் அடித்து துன்புறுத்தப்பட, அவனது குடியுரிமையையோ, மனித உரிமையையோ எதையும் கணக்கில் கொள்ளாமல் அவனைத் துன்புறுத்த காவல்துறைக்கு அனைத்து உரிமையும் உள்ளது என வெள்ளையன் சமாதானப்பட்டுக் கொள்வான்.

நீக்ரோ சமூகம், சமூக விரோதிகளின் கூடாரம் என வெள்ளையர்களை நம்ப வைத்துவிட்டால், பின்னர் அப்பாவி கறுப்பர்களை தாக்கலாம், கொலை செய்யலாம், எந்த வெள்ளையனும் கண்டு கொள்ளமாட்டான். மாறாக காவல்துறையின் ஒடுக்குமுறைக்கு வெள்ளைச் சமூகம் பச்சைக் கொடி காட்டும். இப்படி நிகழ்ந்தால் என்ன ஆகும்? இது எங்கு போய் முடியும்? காவல்துறையின் கட்டுப்பாட்டுக்குள் கறுப்பர்களின் குடியிருப்புகள் வந்துவிடும். அங்கு சதா போலீசார் ரோந்து சுற்றிக் கொண்டிருப்பர்.

எத்தனையோ ஒடுக்குமுறை யுக்திகளை அமெரிக்கா, பல்வேறு நாடுகளுக்கும் கற்றுக் கொடுத்துள்ளது. ராணுவ, உளவு குயுக்திகளை மட்டுமல்ல, 'பத்திரிகை-காவல்துறை' கூட்டு குயுக்தியையும் கற்றுக் கொடுத்தது அமெரிக்காதான். தற்போது சர்வாதிகாரத்திற்கெதிராக போராட்டம் நடைபெறும் நாடுகள் அனைத்திலும் போராட்டக்காரர்களுக்கு எதிராக அந்தந்த நாடுகள் இந்த குயுக்திகளையே பயன்படுத்தி வருகின்றன.

வெள்ளை இனவெறியர்கள்

அமெரிக்க அரசு அதன் நிறுவனமான காவல்துறையைப் பயன்படுத்தி கறுப்பர்களை ஒடுக்கியதோடு, கறுப்பர்களை கருவறுக்கும் வெள்ளை இனவெறியர்களை காவல்துறை மூலமே பாதுகாத்தது. காவல்துறை எந்த நடவடிக்கையும் எடுக்காது எனும் போது, கறுப்பர்கள் மீது கைவைக்க வெள்ளை இனவெறியர்கள் தயங்குவார்களா? கறுப்பர்களின் உரிமைகளுக்காக குரல் கொடுத்த குடியுரிமை அமைப்புகளின் செயல்வீரர்களை மட்டுமல்ல, தேவாலயத்தில் கிறிஸ்துவை பிரார்த்தித்துக் கொண்டிருந்த சிறுமிகளை வெடிகுண்டு வீசி கொல்வதற்குக்கூட தயங்காதவர்கள்தான் வெள்ளை இனவெறியர்கள்.

ஆண்டாண்டு காலமாக அடக்குமுறையை அனுபவித்து வருபவனும் எதுவும் செய்ய மாட்டான், ஒடுக்கப்பட்டவனைப் பாதுக்காக வேண்டிய காவல்துறையும் எதுவும் செய்யாது எனும் போது வெள்ளை இனவெறியர்களுக்கு பயம் வருமா?

> இங்கு மாற்றத்தைக் கொண்டு வருவதற்கான ஒரே வழி, அவர்கள் புரிந்து கொள்ளும் மொழியில் பேசுவதுதான்... இனவாதிகளுக்கு அமைதியின் மொழி புரியாது. அகிம்சையின் மொழி புரியாது. 400 ஆண்டுகளுக்கும் மேலாக வேறொரு மொழியில் நம்மிடம் பேசி வந்தனர்.

வெள்ளை இனவெறியர்களிடம் அவர்களுக்கு புரியும் மொழியில் பேச வேண்டும் என்றவுடன், அங்கிள் டாம்கள் அலறத் தொடங்கினர். வன்முறைப் பாதை அழிவுப் பாதையல்லவா... நாம் சிறுபான்மையல்லவா... காலம் இப்போது கறுப்பர்களுக்கு சாதகமாக இல்லையே... இப்படி வெள்ளை எஜமானர்களின் சார்பில், அங்கிள் டாம்கள் என்றழைக்கப்பட்ட 'விலைபோன' கறுப்பின தலைவர்கள் கறுப்பர்களை மூளைச் சலவை செய்தனர். கவைக்குதவாத இந்த பிதற்றல்களையெல்லாம் தன்னுடைய அறிவார்ந்த வாதத் திறமையால் முறியடித்தார் மால்கம்.

அமெரிக்காவில், நாம் தனித்துப் போராடி வருகிறோம் என்பதாக நம்முடைய சிந்தனை உள்ளது. அதேபோல, நாம் சிறுபான்மையினர் என்றும் கேட்டுப் பழகிவிட்டோம்.

சிறுபான்மையினர் போல சிந்திப்பதால், அதற்கேற்பவே நமது போராட்டங்களும் இருக்கின்றன. தோற்பதற்கு தயாராக இருப்பவனைப் போலவே நம்முடைய போராட்டங்களும் இருக்கின்றன. எல்லாமே நமக்கு எதிராக இருப்பதைப் போலவே நாம் போராடுகிறோம். நாம் எங்கு நிற்கிறோம் என்பதை அறியாததால்தான், நம்முடைய போராட்டங்கள் இப்படி இருக்கின்றன. எங்கு நிற்கிறோம் என்பதை நாம் சரியாக புரிந்து கொள்ளாத வகையில் சூழ்ச்சிகளால் சூழப்பட்டிருக்கிறோம். முழு உலகையும் பார்த்து புரிந்து கொள்ளாத வரையில், எங்கு நிற்கிறோம் என்பதை நாம் அறிந்து கொள்ள முடியாது. ஹார்லெம் அல்லது நியூயார்க் அல்லது மிஸ்ஸிசிப்பி அல்லது அமெரிக்காவை மட்டும் பார்த்தால் போதாது. முழு உலகையும் உற்று நோக்க வேண்டும். அமெரிக்காவின் நிலை என்ன என்பதை அறியாமல் நாம் எங்கு நிற்கிறோம் என்பதை அறிந்து கொள்ள முடியாது. சர்வதேச நாடுகளின் மத்தியில் அமெரிக்கா எங்கு நிற்கிறது என்பதை அறியாமல், அமெரிக்காவில் நாம் எங்கு நிற்கிறோம் என்பதை அறிந்து கொள்ள முடியாது.

நாம் அமெரிக்காவிற்குள் இருந்து கொண்டு, இந்த நாடு வெல்ல முடியாத மோசமான நாடு என கருதுகிறோம். இந்த எண்ணத்தால், நம் தொப்பிகளைக் கழட்டி பாத்திரம் போல கைகளில் ஏந்தி, அமெரிக்காவிடம் பிச்சை எடுக்கிறோம். அடிமைத்தனம் அதிகாரப்பூர்வமாக இருந்த நாட்களில் காணப்பட்ட டாம்களைப் போலவே, இவர்களும் நடந்து கொள்கிறார்கள். இந்தப் பூமியில் தற்போது என்ன நடந்து கொண்டிருக்கிறது என்பதை அறிந்து, அந்தச் சூழலுக்குள் அமெரிக்காவைப் பொருத்திப் பார்த்தால், அமெரிக்கா வெல்ல முடியாத நாடு கிடையாது என்பதைக் கண்டுகொள்ள முடியும். வெல்ல முடியாத நாடு கிடையாது என்பதை அறிந்து கொண்டால், வெல்ல முடியாத ஒருவரை அணுகுவது போல அமெரிக்காவை அணுக மாட்டீர்கள்.

விலை போன தலைவர்களும், சொகுசான வாழ்க்கை - பட்டம் - பதவிக்கு வெறி பிடித்தலையும் தலைவர்களும் களஎதார்த்தத்திற்கு முகம் கொடுக்க அஞ்சுவதோடு மாற்றத்தை நோக்கி சமூகத்தை வழி நடத்தத் தயங்கி தேங்கிப் போய்

விடுகிறார்கள். அவர்கள் வெளிப்படுத்துவது அவநம்பிக்கை மிகுந்த சொற்களை மட்டும்தான். அவர்களைச் சுற்றி இருப்பது சோம்பலும் விரக்தியும் மட்டும்தான். பழம் பெருமை பேசி பொழுதைக் கழிப்பதோடு, சக இனத்தவர்களுக்கு இடையே பகையை மூட்டி விடுவதை மட்டும்தான் அவர்களால் செய்ய முடியும். காலம் நமக்கு சாதகமாக இருப்பதை அறிய அவர்கள் தவறி விடுகிறார்கள்.

அடக்குமுறைக்கு எதிராக சீனர்கள் கிளர்ந்தெழுந்தனர். அவர்கள் அகிம்சை வழியில் கிளர்ந்தெழவில்லை. அப்போது அவர்களிடம் இப்படித்தான் சொல்லப்பட்டது: 'சூழ்நிலை உங்களுக்கு சாதகமாக இல்லை.'

புரட்சியின் போது ஃபிடல் காஸ்ட்ரோ, கியூபாவின் மலைகளில் இருந்த நாட்களில், அவரிடமும் இப்படித்தான் சொல்லப்பட்டது: 'சூழ்நிலை உங்களுக்கு சாதகமாக இல்லை'. ஆனால், இன்று அவர் ஆட்சிக் கட்டிலில்... அமெரிக்காவால் அவரை அசைத்துக்கூடப் பார்க்க முடியவில்லை.

அல்ஜீரியர்களிடமும் இதையேதான் சொன்னார்கள். 'யாருடன் சண்டை போடுகிறீர்கள் தெரியுமா...?' இன்று அந்நாட்டு பிரதமர் பென்பெல்லாவிடம் அடக்குமுறையாளர்கள் (ஃப்ரான்ஸ் தேசம்) மண்டியிட்டுள்ளனர். சிறையில் அடைக்கப்பட்ட அவர், வெளியே வந்தவுடன் பேச்சுவார்த்தை நடத்துகிறார்கள். தன் பக்கம் உண்மை இருப்பதையும் அதற்கு காலம் சாதமாக இருப்பதையும் அவர் அறிந்திருந்தார்.

காலம் இப்போது ஒடுக்கப்பட்டவர்களின் பக்கம் இருக்கிறது; ஒடுக்குபவர்களுக்கு எதிராக இருக்கிறது. உண்மை ஒடுக்கப்பட்டவர்களின் பக்கம் இருக்கிறது; ஒடுக்குபவர்களுக்கு எதிராக இருக்கிறது. இதற்கு மேல் வேறு எதுவும் தேவையில்லை.

வெள்ளையர்கள் மீதான அச்சம் நீங்கிய பின் அவனை பழிவாங்க கறுப்பர்கள் புறப்பட்டு விடுவார்கள் என வெள்ளைச் சமூகம் அஞ்சியது. இந்த அச்சத்தில் நியாயம் இல்லாமலில்லை. அந்த அளவுக்கு கறுப்பர்கள் மீது அடக்குமுறையை கட்டவிழ்த்து விட்டுள்ளது வெள்ளைச் சமூகம். அடங்கி ஒடுங்கியே இருந்த

ஒரு சமூகம், அச்சம் விலகி பழிவாங்கப் புறப்பட்டால் என்ன ஆவது? அதற்கு தூபம் போடுகிறாரே இந்த மால்கம், என்ற அச்சம் காரணமாகத்தான் துப்பாக்கி குண்டுகளுக்கு அவரை பலி கொடுத்தனர்.

கண்மூடித்தனமாக வன்முறைய ஆராதிக்கவில்லை மால்கம். எதிரியை தீர்மானி. சரியான எதிரியை தீர்மானி. அவனுடைய ஆயுதம் எது என்பதைப் பார். எங்கு அடித்தால் அவனுக்கு வலிக்கும், எந்த மொழியில் பேசினால் அவனுக்குப் புரியும் என்பதை அறிந்து செயல்படு. எதிரிக்கு அகிம்சை மொழி புரியுமென்றால் அந்த மொழியிலேயே பேசு என்றே பயிற்றுவித்தார் மால்கம்.

சமரசம் செய்து கொள்ளாமல் நீங்கள் வாழ்வது என நான் குறிப்பிடுவதற்கு, நீங்கள் வன்முறையில் இறங்க வேண்டும் என்று அர்த்தமல்ல. அதேநேரத்தில் அகிம்சை கொள்கையை கட்டிக் கொண்டு தொங்காதீர்கள், உங்களை எதிர்ப்பவர்களும் அகிம்சை கொள்கையைக் கடைபிடிக்கும் வரை...

அகிம்சையை கடைபிடிப்பவர்களோடு, நானும் அகிம்சையை கடைபிடிக்கிறேன். ஆனால், என் மீது வன்முறையை பிரயோகித்து, என்னை கோபம் கொள்ளச் செய்தால், நான் என்ன செய்வேன் என்பதற்கு நான் பொறுப்பேற்க முடியாது. அனைத்து நீக்ரோக்களும் கடைபிடிக்க வேண்டிய வழிமுறை இதுதான். நீங்கள் சட்டத்திற்குட்பட்டு இருங்கள். உங்கள் உரிமைகளுக்காக போராடுங்கள். தார்மீக நெறிகளுக்குட்பட்டு, நீதிக்கு இணங்க, எதன் மீது நம்பிக்கை வைத்திருக்கிறீர்களோ அதற்காக போராடி உயிர் துறங்கள். ஆனால் சாதாரணமாக உயிரை விடாதீர்கள். ஒன்றைப் பெறுவதற்காக ஒன்றை இழக்கலாம். உரிமைகளைப் பெற போராடி உயிர் துறக்கலாம்.

அமைதியாக இரு. இங்கிதத்துடன் நடந்து கொள். சட்டத்தை மதித்து நட. அனைவருக்கும் மரியாதை கொடு. ஆனால், உன் மீது யாராவது கை வைத்தால், அவனை கல்லறைக்கு அனுப்பி விடு.

வெள்ளை தாராளவாதிகள் - கறுப்பின மிதவாதிகள்

புனித ஹஜ் பயணம் மேற்கொண்ட பின்பு, வெள்ளையர்களைப் பற்றிய இனத்துவ பார்வையை மால்கம் மாற்றிக் கொண்டார். அதனைத் தொடர்ந்து ஆஃப்ரிக்க நாடுகளுக்கு விரிவான பயணம் மேற்கொண்ட போது, குறிப்பாக கானா நாட்டில் வைத்து வெள்ளையர்கள் பற்றி புதிய சிந்தனையை தழுவிக் கொண்டார். ஆஃப்ரிக்க நாடுகளின் விடுதலைப் போராட்டங்களில், சுதந்திரமடைந்த ஆஃப்ரிக்க நாடுகளின் முன்னேற்றத்தில் வெள்ளையர்களும் தீவிரமாக பங்களிப்புச் செய்வதை கானாவில் பார்த்த மால்கம், தன்னுடைய போராட்டத்திலும் வெள்ளையர்களைப் பயன்படுத்திக் கொள்ளும் முடிவுக்கு வந்தடைந்தார். இருந்தாலும் வெள்ளை இனவெறியர்களை அவர் எந்தக் காலத்திலும் நம்பத் தயாராக இல்லை.

எதிரிகளில் இருந்தே நல்ல மனம் கொண்டவர்களை வெல்ல மால்கம் எப்போதும் ஆர்வம் காட்டினார். மால்கமை கடுமையாக வெறுப்பவர்கள்கூட அவரின் உரையால் கவரப்பட்டு, அந்த உரையில் அவர் எடுத்து வைக்கும் தர்க்க நியாயங்களை சரி காணும் நிலைக்கு வந்து, அவரை ஆதரிப்பதை பார்க்கலாம். வெள்ளை இன மாணவர்கள், இளைஞர்கள் மீது அவர் மிகுந்த நம்பிக்கை வைத்து, அவர்கள் மத்தியில் உரையாற்றுவதை அதிகம் விரும்பினார். வரும் காலத்தில் அமெரிக்க மண்ணில் இனப்பாகுபாட்டை ஒழிக்க, வளரும் தலைமுறையால் மட்டுமே சாத்தியம் என மால்கம் நம்பினார்.

இந்த நம்பிக்கைகளுக்கு மத்தியில், போலியாக நடிக்கும் வெள்ளை தாராளவாதிகளையும் கறுப்பு மிதவாதிகளையும் கணக்கில் கொள்ள அவர் தவறவில்லை. வெள்ளை இனவெறியர்களிடம் வெளிப்படுத்திய அதே எச்சரிக்கை உணர்வை வெள்ளை தாராளவாதிகளிடமும் கறுப்பு மிதவாதிகளிடமும் அவர் காட்டினார். கறுப்பர்களின் போராட்டம் எந்தத் தாக்கத்தையும் ஏற்படுத்தாமல் போனதற்கு, எந்த விளைவையும் தராமல் போனதற்கு வெள்ளை தாராளவாதிகள் காரணம் என குற்றம்சாட்டினார். குடியுரிமை என்ற அளவில் கறுப்பர்களின் போராட்டத்தை வெள்ளை தாராளவாதிகள் மட்டுப்படுத்திவிட்டதையும் அமெரிக்க கறுப்பர்களின்

போராட்டத்தை சர்வதேச மட்டத்தை எட்டச் செய்வதற்கான அவசியத்தையும் விரிவாக விளக்கினார் மால்கம்.

குடியுரிமை என்ற தளத்தில் இருந்து அதற்கும் மேலாக உயரிய பொருளில், அதாவது மனித உரிமை என்ற தளத்தில் போராட்டத்தை விரிவடையச் செய்ய வேண்டும். குடியுரிமை என்ற அளவில் நமது போராட்டத்தை மட்டுப்படுத்தினால், அமெரிக்க சட்டவிதிகளுக்குட்பட்டுத்தான் போராட முடியும், நாட்டிற்கு வெளியேயுள்ள நேச சக்திகள் நமக்கு ஆதரவு தர முடியாது. குடியுரிமை என்பது உள்நாட்டு விவகாரமாகி விடுவதால், நம்முடைய ஆஃப்ரிக்க நண்பர்கள், ஆசிய நண்பர்கள், லத்தீன் அமெரிக்க நண்பர்களால் நம் நாட்டின் உள்விவகாரத்தில் கருத்து சொல்ல முடியாது.

ஐநா அவையில், மனித உரிமைகள் சாசனம் என்ற ஒன்றும் உள்ளதுடன், அது தொடர்பாக ஆராய்வதற்காக தனி குழுவும் உள்ளது. ஆஃப்ரிக்கா, ஹங்கேரி, ஆசியா, லத்தீன் அமெரிக்க நாடுகளில் நிகழ்த்தப்பட்ட கொடூரங்கள் அனைத்தும் ஐநா அவையில் விவாதிக்கப்படுகிறது. ஆனால், நீக்ரோக்களின் பிரச்சினைகள் ஒரு போதும் ஐநா அவையில் விவாதிக்கப்பட்டதில்லை என்ற செய்தி உங்களுக்கு ஆச்சரியத்தை தரலாம். இதுவும் சதித்திட்டத்தின் ஒரு பகுதிதான்.

உங்களிடமும் என்னிடமும் நண்பர்களாக காட்டிக் கொள்ளும், தாராளவாதிகளாக காட்டிக் கொள்ளும், நமக்கும் நம்முடைய போராட்டத்திற்கும் உதவுபவர்களாக காட்டிக் கொள்ளும், நலன் விரும்பிகளாக காட்டிக் கொள்ளும் இந்த வஞ்சக வெள்ளையன், ஒரு போதும் மனித உரிமை பற்றி உங்களிடம் வாய் திறக்கமாட்டான். குடியுரிமைகள் என்பது பற்றி மட்டுமே நீங்கள் பேசும் வகையில் உங்களை மயக்கி வைத்துள்ளான். மனித உரிமை என்ற ஒன்றும் உள்ளதை நீங்கள் அறிந்து கொள்ள வேண்டும்.

குடியுரிமை போராட்டத்தை மனித உரிமை போராட்டமாக மாற்றும் போது, இந்த நாட்டில் கறுப்பர்கள் அடைந்து வரும் துன்ப, துயரங்களை ஐநா அவைக்கு எடுத்துச் செல்ல முடியும், ஐநா அவையின் முன் விவாதத்திற்கு கொண்டு

வந்து, அமெரிக்க அங்கிள் சாம்களை உலக நீதிமன்றத்தின் முன் நிறுத்த முடியும். மனித உரிமை என்ற முழக்கத்தின் மூலம் மட்டுமே இது சாத்தியம்.

குடியுரிமை என்று நீங்கள் முழங்கினால், இந்த 'அங்கிள் சாம்'மின் கட்டுப்பாட்டுக்குள், அவனின் சட்டத்திற்குட் பட்டுத்தான் நாம் நிற்க வேண்டும். வெள்ளையனின் கையடக்கமான போராட்டம்தான் குடியுரிமைப் போராட்டங்கள். உங்களை முறையாக நடத்த வேண்டுமென 'அங்கிள் சாம்'மிடம் நீங்கள் கேட்டுக் கொள்ளும் போராட்டம்தான் குடியுரிமைப் போராட்டம்.

மனித உரிமை என்பது உங்களுடனேயே பிறந்தது. மனித உரிமை கடவுளால் கையளிக்கப்பட்டது. அனைத்து தேசங்களும் அங்கீகரிக்கும் ஒன்றே மனித உரிமை. மனித உரிமையை யார், எப்போது மீறினாலும் அவரை உலக நீதிமன்றத்தின் முன் நிறுத்த முடியும்.

இதேபோல கறுப்பின மிதவாதிகள் குறித்தும் எச்சரிக்க மால்கம் தயங்கவில்லை. கறுப்பர்களின் விடுதலைப் போராட்டத்தின் வெற்றிப் பயணம் தாமதமாவதற்கு கறுப்பு மிதவாதிகளே காரணம் என்பதையும் அவர்களை எவ்விதம் கையாள வேண்டும் என்பதையும் கென்ய சுதந்திரப் போராட்டத்தை ஒப்பிட்டு மால்கம் விவரித்தார்.

கென்யாவைப் புரட்டிப் போட்டது போன்ற மாவ் மாவ் புரட்சி இங்கேயும் தேவை, இதை, நான் உளமாற நம்புகிறேன். மாவ் மாவ் புரட்சி பற்றி நீங்கள் வெட்கப்பட வேண்டியதில்லை, அவர்களும் வெட்கப்படவில்லை. அவர்கள் பெருமைக்குரியவர்கள், சுதந்திரப் போராட்ட வீரர்கள். சகோதரர்கள் மட்டுமல்ல, சகோதரிகளும் புரட்சியில் பங்கேற்றனர், அவர்களை நான் சந்தித்தேன். அவர்கள் பராக்கிரமசாலிகள். அவர்கள் உங்களைப் பார்த்தால் மகிழ்ச்சியில் கட்டியணைத்து முத்தமிடுவர்கள். உண்மையில் அவர்கள் இங்கிருந்தால், மாவ் மாவ் போன்ற புரட்சியை நடத்தி, இங்குள்ள பிரச்சினைகளையெல்லாம் சீராக்கி விடுவார்கள்.

ஒரு கதையை முன்பு படித்திருக்கிறேன். அதனை மாவ் மாவ் புரட்சி உறுதிப்படுத்தியுள்ளது. அந்தக் கதையில், உங்களில் யார் யாருக்கு சுதந்திரம் வேண்டுமென, ஒரு மக்கள் குழுவிடம் ஒருவர் கேட்டிருக்கிறார். அனைவரும் கையை உயர்த்தினர். சுமார் 300 பேர் இருக்கலாம். பின்னர் அவர் கேட்டார், "உங்கள் சுதந்திரப் போராட்டத்தில் குறுக்கே வரும் நபர்களை கொல்ல எத்தனை பேர் தயாராக இருக்கிறீர்கள்?" சுமார் 50 நபர்கள் கைகளைத் தூக்கினர். அவர்களை மட்டும் தனியாக நிற்கும்படி கூறினார். மீதி இருந்த 250 பேரும் சுதந்திரத்தை விரும்புகின்றனர், ஆனால், சுதந்திரத்திற்கு தடையாக நிற்பவர்களை கொல்ல அவர்கள் தயாராக இல்லை. அந்த 50 பேரைப் பார்த்து அவர் கூறினார், "நீங்கள் சுதந்திரத்தை விரும்புகிறீர்கள், அதற்கு தடையாக இருக்கும் யாரையும் கொல்ல தயாராக இருப்பதாகவும் கூறுகிறீர்கள், எனில், இந்த 250 பேரை முதலில் கொல்லுங்கள். இவர்களில் உங்களுடைய உடன்பிறந்த சகோதர, சகோதரிகள், பெற்றோர்கள் இருக்கலாம். ஆனால், இவர்கள்தான் உங்கள் சுதந்திரத்திற்கு தடையாக இருப்பவர்கள். சுதந்திரத்தைப் பெற செய்ய வேண்டியதைச் செய்ய பயப்படுபவர்கள், அதைச் செய்யும் உங்களையும் அவர்கள் தடுப்பார்கள். எனவே அவர்களிடமிருந்து நீங்கள் விடுபட வேண்டும், சுதந்திரம் தானாகவே உங்களுக்கு கிடைத்துவிடும்.

மாவ் மாவ் புரட்சி கற்றுக் கொடுத்ததைத்தான் நானும் சொல்கிறேன். கென்யாவில் ஆஃப்ரிக்கர்கள் சுதந்திரம் பெறுவதற்கு தடையாக இருப்பது ஆஃப்ரிக்கர்கள்தான் என்பதை மாவ் மாவ் புரட்சி உணர்ந்து கொண்டது. அந்த டாம்கள் அனைவரையும் ஒவ்வொருவராக இல்லாமல் செய்தனர். அங்கிள் டாம்கள் அனைவரையும் இல்லாமல் செய்த பின், அவர்கள் சுதந்திரம் பெற்றனர். ஆஃப்ரிக்கர்கள் சுதந்திரம் பெற வெள்ளையர்கள்கூட தடையாக இல்லை. அதே போலத்தான் இங்கும் நிகழ்கிறது. நம்முடைய பாதையில் தடையாக இருப்பது நம்முடைய மக்களேதான். அவர்கள் மிகவும் கீழானவர்கள். அவர்கள் மரியாதைக்குரிய அங்கிள் டாம்களாக தாம் பார்க்கப்பட வேண்டுமென விரும்புகிறார்கள். வெள்ளையர்களால், பொறுப்பான மனிதர்களாக பார்க்கப்பட வேண்டுமென விரும்புகிறார்கள்.

வெள்ளையர்களால் தீவிரவாதிகளாக, வன்முறையாளர்களாக, குறைந்தபட்சம் பொறுப்பற்றவர்களாக தங்களை வகைப்படுத்துவதை கறுப்பர்கள் விரும்பவில்லை. நல்ல இமேஜ் வேண்டும் என அவர்கள் விரும்புகிறார்கள். நல்ல இமேஜ் வேண்டும் என விரும்புபவர்கள் ஒருக்காலும் சுதந்திரத்தைப் பெற்றுக் கொள்ள முடியாது. நிச்சயமாக முடியாது, நல்லவர் என்ற பிம்பம் உங்களுக்கு இலவசமாக கிடைக்காது. வெள்ளையன் விரும்புவதைப் போல நீங்கள் இருந்தால், ஒருவேலை அவன் உங்களுக்கு ஒன்றைத் தரலாம். அது என்னவென்பதை நான் வரையறுக்க விரும்பவில்லை.

கறுப்பர்களுக்கு வெள்ளையர்களைப் போல சம உரிமைகள் கிடைக்க வேண்டும், கறுப்பர்களை மிருகங்களை விடக் கீழாக நடத்துவதைக் கைவிட வேண்டும், கும்பல் படுகொலைகளையும் அரச பயங்கரவாதத்தையும் அடியோடு தடுத்து நிறுத்த வேண்டும், எல்லாவற்றிற்கும் மேலாக கறுப்பர்களை சக மனிதனாக, சக உயிரியாக மதிக்க வேண்டும் என்று கோரும் போராட்டக் களத்தில், அமெரிக்க தேசத்தையும் அந்நாட்டு மக்களையும் எதிர்கொண்டு மேலே வர கறுப்பர்களை பயிற்றுவித்த, 'மால்கம்' என்ற மனிதனின் தோற்றம் 'வன்முறையாளர்' 'வெறுப்பை போதிப்பவர்' என்றே அடையாளம் காணப்பட்டது. இந்த விமர்சனத்திற்கும் பதிலளிக்க அவர் தயங்கவில்லை. ஒடுக்கப்பட்ட சமூகம் விடுதலையடைவதற்கான திசைவழியை அந்தச் சமூகத்திற்கு காட்டிய மால்கம் X, ஒடுக்கப்பட்ட சமூகத்தின் எதிர்வினையை எதிர்கொள்ள, இதுவரை ஒடுக்கி வந்த சமூகமும் தயாராக இருக்க வேண்டுமென எச்சரிக்கவும் அவர் தயங்கவில்லை.

சட்டத்திற்கு, சட்ட அமலாக்கத்திற்கு நான் எதிரானவன் கிடையாது. மக்கள் உயிர் வாழ சட்டங்கள் தேவை. அறிவார்ந்த, அமைதியான சமூகத்தைப் பெற சட்ட அமலாக்கம் தேவை. இருப்பினும், புரிதலற்ற, மனித உணர்வுகளைப் புரிந்து கொள்வதில் குறையுடைய, உயிர்கள் மீது அக்கறையில்லாத அதிகாரிகளைக் கொண்ட அமைப்பு முறையால் நாம் ஒடுக்கப்பட்டுக் கொண்டே இருக்கிறோம்.

வெள்ளையர்களில் யாருடைய உள்ளத்தில் கறுப்பர்களைப் பற்றிய நல்ல அபிப்ராயம் இருக்கிறதோ, அவர்களுக்கு என்னுடைய ஆலோசனை ஒன்றே ஒன்றுதான். கறுப்பர்களின் அகிம்சை வழியிலான எதிர்ப்பு முடிவுக்கு வந்துவிட்டதை நீங்கள் உணர வேண்டும். நேர்மறையான எதிர்ப்புகளைக் கொண்ட நாட்கள் முடிவுக்கு வந்துவிட்டன என்பதை வெள்ளையர்கள் உணர வேண்டும்.

கறுப்பர்களின் விடுதலைக்கான புரட்சியில் அவர்களைத் தயார்படுத்தும் தன்னுடைய நிகழ்ச்சி நிரலில் வெற்று நம்பிக்கைகளையும் வறட்டு தீர்வுகளையும் மால்கம் அளிக்கவில்லை. கண்முன் சாத்தியமான சம்பவங்களை முன்னுதாரணமாகக் காட்டி கறுப்பர்களை கட்டியெழுப்பினார். 400 ஆண்டுகளாக கறுப்பர்களின் உள்ளத்தில் ஊறிப்போன, வெள்ளையன் வெல்ல முடியாதவன் என்ற அவநம்பிக்கையை உடைப்பதென்பது சாதாரண பணியல்ல. அந்த நம்பிக்கை விதையை ஆழமாக விதைத்ததுதான் மால்கம் தன்னுடைய புரட்சிப் பயணத்தில் அடைந்த மிகப் பெரிய வெற்றியாகும்.

மால்கம் X-ன் இந்த வியூகமும் நிகழ்ச்சி நிரலும்தான் ஒடுக்கப்பட்டவர்கள் சுதந்திரத்தை அடைவதற்கான எளிய சூத்திரம். தன்னுடைய இன விடுதலைக்காக உயிரை விடவும் தயாராக இருப்பவர்களுக்கு முன்பாக எந்த ஆயுதம், என்ன செய்து விட முடியும்?

●